കുട്ടികളുടെ അറബിക്കഥകൾ

kuttikalude arabikkadhakal

•

b m suhara

•

first chintha edition
december 2009

•

third edition
february 2017

•

fourth edition
april 2018

•

second impression
january 2021

•

typesetting & published
chintha publishers, thiruvananthapuram

•

cover
midas

•

illustration
sagheer

വിതരണം

ദേശാഭിമാനി ബുക്ക് ഹൗസ്

H O തിരുവനന്തപുരം–695 035
phone: 0471-2303026, 6063026
www.chinthapublishers.com
chinthapublishers@gmail.com

ബ്രാഞ്ചുകൾ

ഹെഡ്ഡാഫീസ് ബ്രാഞ്ച് കുന്നുകുഴി • സ്റ്റാച്യു തിരുവനന്തപുരം • കെ എസ്
ആർ ടി സി ബസ് സ്റ്റേഷൻ ആലപ്പുഴ • കെ എസ് ആർ ടി സി ബസ്
സ്റ്റേഷൻ എറണാകുളം • മച്ചിങ്ങൽ ലെയിൻ തൃശൂർ • ഐ ജി റോഡ് കോഴി
ക്കോട് • മാവൂർ റോഡ് കോഴിക്കോട് • എൻ ജി ഒ യൂണിയൻ ബിൽഡിങ്
കണ്ണൂർ • സെൻട്രൽ ബസ് ടെർമിനൽ കോംപ്ലക്സ് താവക്കര കണ്ണൂർ

CR - 1852 / 4631
ISBN - 978-81-26206-46-9

കുട്ടികളുടെ അറബിക്കഥകൾ

ബാലസാഹിത്യം

ബി എം സുഹറ

ചിന്ത പബ്ലിഷേഴ്സ്
തിരുവനന്തപുരം-695 035

ബി എം സുഹറ

കോഴിക്കോട് ജില്ലയിലെ തിക്കോടിയിൽ ജനിച്ചു.

പിതാവ്: വൈദ്യേരകത്ത് മമ്മദുകുട്ടി ഹാജി.

മാതാവ്: ബടയക്കണ്ടി മാളിയേക്കൽ മറിയുമ്മ.

തിക്കോടി പ്രൈമറിസ്കൂൾ, കോഴിക്കോട് പ്രോവിഡൻസ് ഹൈസ്കൂൾ, പ്രോവിഡൻസ് കോളേജ് എന്നിവിടങ്ങളിൽ വിദ്യാഭ്യാസം.

കൃതികൾ: *കിനാവ്, മൊഴി, ഇരുട്ട്, നിലാവ്, നിഴൽ, ആകാ ശഭൂമികളുടെ താക്കോൽ, പ്രകാശത്തിനുമേൽ പ്രകാശം, നിഴൽ (നോവൽ), ചോയിച്ചി, ഭ്രാന്ത്, കുഹൂ...കുഹൂ... (കഥ കൾ), മലമുകളിലെ അപ്പൂപ്പൻ, കുട്ടികളുടെ അറബിക്കഥ കൾ, ഏഴാങ്ങളമാരും ഒരു കുഞ്ഞുപെങ്ങളും, പവിഴപ്പുറ്റ്, പഞ്ചതന്ത്രംകഥകൾ, മന്ത്രമോതിരം (ബാലസാഹിത്യം), അമൃതപുത്രി, കൊട്ടാരത്തെരുവ്, സൈനിന്റെ കല്യാണം (പരിഭാഷ), മുഖാമുഖം (അഭിമുഖങ്ങൾ).*

പുരസ്കാരങ്ങൾ: ലളിതാംബിക അന്തർജനം സ്മാരക വിശേഷാൽ പുരസ്കാരം (1992), കെ ബാലകൃഷ്ണൻ സ്മാരക അവാർഡ് (2004). *ഇരുട്ടും നിലാവും* ഇംഗ്ലീഷി ലേക്കും *മൊഴി* കന്നടയിലേക്കും വിവർത്തനം ചെയ്യപ്പെട്ടു. കേന്ദ്രസാഹിത്യ അക്കാദമിയുടെ ഇന്ത്യൻ ലിറ്ററേച്ചറിൽ കഥാപരിഭാഷകൾ പ്രസിദ്ധീകരിച്ചിട്ടുണ്ട്.

പദവികൾ: കേരള സ്റ്റേറ്റ് ലൈബ്രറി കൗൺസിൽ അംഗം, *ഗ്രന്ഥാലോകം* മാസികയുടെ പത്രാധിപ (1995–2001)

ഭർത്താവ് : എഴുത്തുകാരൻ ഡോ. എം എം ബഷീർ

മക്കൾ : അജ്മൽ ബഷീർ, അനീസ് ബഷീർ

കാർട്ടൂണിസ്റ്റ് ബി എം ഗഫൂറും എഴുത്തുകാരി ഉമ്മി അബ്ദു ള്ളയും സഹോദരങ്ങൾ.

വിലാസം   :   മാളിയേക്കൽ

             ചേവായൂർ (പി ഒ)

             കോഴിക്കോട് – 673 017

ഉള്ളടക്കം

1

കഥ തുടങ്ങുന്നു

സുൽത്താൻ ഷെഹ്റിയർ ഭാര്യയെ അകമഴിഞ്ഞ് സ്നേഹിച്ചിരുന്നു. അവൾക്കു വേണ്ടതെല്ലാം അദ്ദേഹം നിർലോപം നൽകി. അവൾ സ്വഭാവഗുണമില്ലാത്തവളാ ണെന്ന് വർഷങ്ങൾ കഴിഞ്ഞാണ് അദ്ദേഹം അറിഞ്ഞത്. അവളെ കൊന്നുകളയാൻ അദ്ദേഹം മന്ത്രിക്ക് കൽപ്പന കൊടുത്തു.

"സ്ത്രീകളെല്ലാം കൊള്ളരുതാത്തവരാണ്. ഞാൻ ദിവ സവും ഓരോ സ്ത്രീയെ വിവാഹം കഴിക്കും. പിറ്റേദി വസം രാവിലെ തന്നെ അവളെ വധിക്കുകയും ചെയ്യും."

വഞ്ചകിയായ ഭാര്യയെ വധിച്ചശേഷം സുൽത്താൻ അവളോടുള്ള പ്രതികാരം വീട്ടാൻ നിശ്ചയിച്ചത് അങ്ങ നെയാണ്.

ആളുകൾ കോപിച്ചു. പെൺകുട്ടികളുള്ള എല്ലാ വീട്ടു കാരും പേടിച്ചു.

മന്ത്രിക്ക് രണ്ടു പെൺകുട്ടികളുണ്ടായിരുന്നു. മൂത്ത വൾ ഷെഹർസാദ-അതിസുന്ദരി, ധൈര്യവതി. രണ്ടാമത്ത വൾ ദിനരസാദ-നല്ലവൾ, ജ്യേഷ്ഠത്തിയെ അനുസരിക്കു ന്നവൾ.

ഒരു ദിവസം ഷെഹര്‍സാദ പറഞ്ഞു: "പ്രിയ പിതാവേ, അങ്ങ് ഞാന്‍ പറയുന്നത് സാധിച്ചുതരുമോ? ഷെഹര്‍സാദ പറയുന്നതെന്തും ചെയ്തുതരുമെന്ന് ദൈവനാമത്തില്‍ സത്യം ചെയ്യുമോ?"

മന്ത്രി സമ്മതിച്ചു.

"ശരി, മകളെ സന്തോഷിപ്പിക്കുന്നതെന്തും ചെയ്തു തരാന്‍ ഞാന്‍ തയാറാണ്".

"സുല്‍ത്താന്റെ ആ ക്രൂരത അവസാനിക്കാത്തിട ത്തോളം കാലം എനിക്ക് സന്തോഷമില്ല. ഞാന്‍ അത് അവസാനിപ്പിക്കും. സുല്‍ത്താനുവേണ്ടി എല്ലാ ദിവസവും

പുതിയ ഭാര്യമാരെ കണ്ടെത്തുകയാണല്ലോ ഇപ്പോൾ അങ്ങയുടെ ജോലി. താങ്കൾ എന്നെ അദ്ദേഹത്തിന്റെ അടു ത്തേക്ക് കൊണ്ടുപോകൂ."

"ഇല്ല അതൊരിക്കലും സാധ്യമല്ല." മന്ത്രി പറഞ്ഞു.

"എന്റെ മകളെ കൊലയ്ക്ക് കൊടുക്കാൻ എനിക്കാ വില്ല"

ഷെഹർസാദ ഓർമിപ്പിച്ചു. "പക്ഷേ, ഷെഹർസാദ പറ യുന്നതെന്തും സാധിച്ചുതരാമെന്ന് അങ്ങ് ദൈവനാമത്തിൽ സത്യം ചെയ്തതാണ്."

ഷെഹർസാദ അനുജത്തി ദിനർസാദയെ വിളിച്ചു പറഞ്ഞു.

"എന്റെ അന്ത്യദിനത്തിൽ നിന്നെക്കൂടി ഞങ്ങളുടെ മുറി യിൽ ഉറങ്ങാൻ അനുവദിക്കണമെന്ന് ഞാൻ സുൽത്താ നോട് അപേക്ഷിക്കും. നീ എന്നെ പുലർച്ചയ്ക്കുമുമ്പ് വിളി ച്ചുണർത്തി പറയണം-'പ്രിയ സഹോദരീ, ഉറങ്ങിയിട്ടില്ലെ ങ്കിൽ നിങ്ങളുടെ സുന്ദരമായ കഥകളിൽ ചിലത് പുലർ ച്ചയ്ക്കുമുമ്പ് എന്നെ പറഞ്ഞുകേൾപ്പിച്ചു തരുമോ?' അപ്പോൾ ഞാൻ തുടങ്ങും. അങ്ങനെ നമ്മുടെ ജനങ്ങളെ ഈ ഭീതിയിൽ നിന്ന് രക്ഷിക്കാൻ കഴിയുമെന്നാണ് എന്റെ പ്രതീക്ഷ."

മന്ത്രി രണ്ടു മക്കളെയും സുൽത്താന്റെ കൊട്ടാരത്തി ലേക്ക് പറഞ്ഞയച്ചു. ഷെഹർസാദയുടെ നിർബന്ധത്തിന് വഴങ്ങി സുൽത്താൻ പറഞ്ഞു. "ആയിക്കോട്ടെ, നിന്റെ അനുജത്തിയും ഈ മുറിയിൽത്തന്നെ കിടന്നോട്ടെ."

പ്രഭാതമാകാറായപ്പോൾ ദിനർസാദ ജ്യേഷ്ഠത്തിയെ വിളിച്ചുണർത്തി പറഞ്ഞു.

"പ്രിയപ്പെട്ട സഹോദരീ, ഉറങ്ങിയിട്ടില്ലെങ്കിൽ നിങ്ങ ളുടെ സുന്ദരമായ കഥകളിൽ ഒന്നെന്നെ പറഞ്ഞുകേൾപ്പി

ക്കുമോ?"

"സുൽത്താൻ, അനുജത്തി ആവശ്യപ്പെടുന്നതനുസ
രിച്ച് ഞാൻ കഥ പറഞ്ഞോട്ടെ?"

ഷെഹർസാദ സുൽത്താന്റെ അനുവാദം ചോദിച്ചു.

"ആയിക്കോളൂ. നിന്റെ കഥകളിലൊന്ന് അവളെ പറ
ഞ്ഞുകേൾപ്പിക്കൂ." സുൽത്താൻ പറഞ്ഞു.

അങ്ങനെ ഷെഹർസാദ കഥ പറയാൻ തുടങ്ങി.

2
ധനികനും ഭൂതവും

ഒരിടത്ത് ഒരു ധനികനുണ്ടായിരുന്നു. ഒരു ദിവസം അയാൾ എങ്ങോട്ടോ യാത്ര പുറപ്പെട്ടു. യാത്രയിൽ കഴി ക്കാനായി കൊച്ചുകുട്ടയിൽ പഴവും റൊട്ടിയും കരുതിയി രുന്നു.

വെയിലേറ്റ് തളർന്നപ്പോൾ അയാൾ പുഴക്കരയിലെ വൃക്ഷത്തണലിൽ വിശ്രമിക്കാനിരുന്നു. മരത്തണലിലിരുന്ന് അയാൾ പഴം തിന്നാൻ തുടങ്ങി. പഴം തിന്നുകഴിയുമ്പോൾ അയാൾ അതിന്റെ കുരു പുറകിലേക്ക് എറിഞ്ഞുകൊണ്ടി രുന്നു.

കൈയും മുഖവും കഴുകാനായി അയാൾ പുഴയിലിറ ങ്ങി. അപ്പോഴാണ് പുറകിൽ നിൽക്കുന്ന ഭൂതത്തെ അയാൾ കണ്ടത്.

ഭൂതം അലറി: "എഴുന്നേൽക്കൂ, നീ എന്റെ മകനെ കൊന്നതു പോലെ ഞാൻ നിന്നെയും കൊല്ലും."

"നിങ്ങൾ എന്തിനാണ് എന്നെ കൊല്ലുന്നത്? ഞാൻ എന്ത് തെറ്റാണ് ചെയ്തത്?"

പണക്കാരൻ വിമ്മിട്ടത്തോടെ ചോദിച്ചു.

"നീയെന്റെ മകനെ കൊന്നു."

"അയ്യോ, ഞാനെങ്ങനെയാ നിങ്ങളുടെ മകനെ കൊല്ലുന്നത്? ഞാനവനെ കണ്ടിട്ടുപോലുമില്ല".

നീ മരത്തണലിലിരുന്ന് കുട്ടയിലെ പഴങ്ങൾ തിന്നുകയും, അതിന്റെ കുരുക്കൾ പിന്നിലേക്ക് എറിയുകയും ചെയ്തില്ലേ?"

"ഉവ്വ്, അത് നേരാണ്."

"നിന്റെ ഏറുകൊണ്ട് എന്റെ മകൻ മരിച്ചു. അതി ലൊന്ന് അവന്റെ കണ്ണിൽകൊണ്ടാണ് അവൻ മരിച്ചത്. അതുകൊണ്ട് ഞാൻ നിന്നെ തീർച്ചയായും കൊല്ലും."

"ഞാൻ മനഃപൂർവം ചെയ്തതല്ല. നിങ്ങൾ എന്നെ കൊന്നാൽ എന്റെ ഭാര്യയും മക്കളും എന്തുചെയ്യും? എനി ക്കുമുണ്ട് ഒരു മകൻ. അവനെ ആരു നോക്കും? പാവം അനാഥക്കുട്ടി!"

ഷെഹർസാദ ജനാലയിൽക്കൂടി പുറത്തേക്ക് നോക്കി പറഞ്ഞു. "നോക്കൂ നേരം പുലർന്നു. ഞാൻ നിർത്താം.

"പ്രിയ സഹോദരീ. കഥയുടെ അവസാനം പറഞ്ഞു തരൂ." ദിനർസാദ പറഞ്ഞു.

"അയ്യോ കഥ പറഞ്ഞു തീർക്കാൻ കഴിയില്ലല്ലോ. എനിക്ക് മരിക്കേണ്ട നേരമായി. സുൽത്താൻ ഒരു ദിവ സംകൂടി ജീവിക്കാൻ എന്നെ അനുവദിക്കുമെങ്കിൽ ഞാൻ കഥ പറഞ്ഞ് അവസാനിപ്പിക്കാം."

"ശരി..." സുൽത്താൻ പറഞ്ഞു:

"ഞാൻ നാളെ പുലർച്ചവരെ കാക്കാം. എന്നാൽ എനിക്കും കഥയുടെ അവസാനം കേൾക്കാമല്ലോ."

പിറ്റേദിവസം പുലർച്ചയ്ക്കുമുമ്പ് ദിനർസാദ ജ്യേഷ്ഠ ത്തിയെ വിളിച്ചുണർത്തി ആവശ്യപ്പെട്ടു:

"പ്രിയ ചേച്ചീ, നിങ്ങൾ ഉണർന്നിരിക്കുകയാണെങ്കിൽ ആ കഥയുടെ അവസാനം പറഞ്ഞുതരൂ."

സുൽത്താൻ അതിന് അനുവദിച്ചുകൊണ്ടുപറഞ്ഞു:

"ശരിയാണ്, കഥയുടെ അവസാനം കേൾക്കാൻ എനിക്കും ആഗ്രഹമുണ്ട്."

ഷെഹർസാദ കഥ തുടർന്നു:

ഭൂതം ധനികന്റെ തലയറുക്കാൻ തയാറെടുത്തു. അയാൾ അപേക്ഷിച്ചു:

"ദയവുചെയ്ത് എന്റെ ഭാര്യയെയും മകനെയും കാണാൻ എന്നെ അനുവദിക്കൂ. വീട്ടിൽച്ചെന്ന് എല്ലാമൊന്ന് നേരേയാക്കിയിട്ട് ഞാൻ ഇതേ സ്ഥലത്ത് തിരിച്ചെത്താം."

"നിനക്ക് എത്ര സമയം വേണ്ടി വരും?" ഭൂതം ചോദിച്ചു.

"ഒരു വർഷം" പണക്കാരൻ പറഞ്ഞു.

"അടുത്ത വർഷം ഇതേ ദിവസം ഞാനിവിടെ തിരിച്ചെത്താം. ഞാൻ ദൈവനാമത്തിൽ സത്യം ചെയ്യുന്നു."

"അങ്ങനെയാവട്ടെ" ഭൂതം സമ്മതിച്ചു.

ധനികൻ വീട്ടിൽച്ചെന്ന് ഉണ്ടായതെല്ലാം ഭാര്യയെ കേൾപ്പിച്ചു. ഒരു കൊല്ലത്തിനകം അയാൾ വീട്ടുകാര്യങ്ങ ളെല്ലാം ഏകദേശം ശരിയാക്കി. പോകേണ്ട ദിവസമായി. അയാൾ ഭാര്യയെയും മകനെയും സ്നേഹത്തോടെ ചുംബിച്ചു. അവരോട് യാത്രാനുവാദം വാങ്ങി. അയാൾ ഭൂതത്തെ കാണാൻ പഴയ സ്ഥലത്തേക്ക് പുറപ്പെട്ടു.

ഭൂതത്തിനെയും കാത്ത് അയാൾ മരച്ചുവട്ടിൽ ഇരി ക്കുമ്പോൾ ഒരു വൃദ്ധൻ ഒരു മാനിനെയും കൊണ്ട് അവിടെ എത്തിച്ചേർന്നു. അയാൾ ചോദിച്ചു.

"ധാരാളം ഭൂതങ്ങളുള്ള ഈ സ്ഥലത്ത് നിങ്ങൾ എങ്ങ നെയാണ് വന്നുപെട്ടത്? ഇത് വളരെ അപകടം പിടിച്ച സ്ഥലമാണ്."

ധനികൻ നടന്ന സംഭവങ്ങളെല്ലാം പറഞ്ഞു.

"ഓഹോ അങ്ങനെയാണോ?" വൃദ്ധൻ ചോദിച്ചു.

"ഞാനും ഇവിടെത്തന്നെയിരിക്കാം. ഭൂതം വരുമ്പോൾ എന്തുസംഭവിക്കുമെന്ന് അറിയണമല്ലോ."

കുറച്ചു കഴിഞ്ഞപ്പോൾ മറ്റൊരു കിഴവൻ രണ്ടു നായ്ക്ക ളുമായി അവിടെയെത്തി.

ധനികന്റെ കഥ കേട്ട് രണ്ടാമത്തെ വൃദ്ധൻ പറഞ്ഞു. "എന്താണ് സംഭവിക്കുന്നതെന്ന് എനിക്കും അറിയണമ ല്ലോ."

അവർ മൂന്നുപേരും കാത്തിരുന്നു. അപ്പോൾ അവർ കണ്ടു.... മൂടൽമഞ്ഞുപോലെ പൊടിപടലം. പൊടിപടല ത്തിൽ നിന്ന് ഭൂതം പുറത്തുവന്നു.

"എഴുന്നേറ്റ് നിൽക്ക്". ഭൂതം കൽപ്പിച്ചു.

"നീ എന്റെ മകനെ കൊന്നതുപോലെ ഞാൻ നിന്നെയും കൊല്ലട്ടെ"

ധനികനും മറ്റു രണ്ടു വൃദ്ധന്മാരും ഭയന്ന് നിലവിളി ച്ചു. മാനുമായി വന്ന കിഴവൻ ഭൂതത്തിന്റെ കാൽക്കൽ വീണ് അപേക്ഷിച്ചു.

"ദയവുചെയ്ത് കേൾക്കൂ. ഞാൻ കൊണ്ടു നടക്കുന്ന ഈ മാനിന്റെ കഥ പറഞ്ഞു കേൾപ്പിക്കാം. കഥ നിനക്ക് ഇഷ്ടമാണെങ്കിൽ ഈ ധനികന്റെ പകുതി ജീവൻ നീ അവന് തിരിച്ചു കൊടുക്കണം. ഒരു പക്ഷേ, കറുത്ത നായ്ക്കളുമായി വന്ന ഈ വൃദ്ധനും ഒരു കഥ പറയാൻ ഉണ്ടായേക്കും. ആ കഥകൂടി നിനക്ക് ഇഷ്ടപ്പെടുകയാ ണെങ്കിൽ ധനികന്റെ ബാക്കി പകുതി ജീവനും കൂടി അയാൾക്ക് തിരിച്ചു നൽകണം."

"കൊള്ളാം...." ഭൂതം പറഞ്ഞു. "ശരി അങ്ങനെതന്നെ, പക്ഷേ, കഥകൾ ഒന്നാംതരമായിരിക്കണം. അല്ലെങ്കിൽ....."

3

ഒന്നാമത്തെ വൃദ്ധന്റെയും മാനിന്റെയും കഥ

നിങ്ങൾ കാണുന്ന ഈ മാൻ എന്റെ ഭാര്യയാണ്. ഞങ്ങൾക്ക് കുട്ടികളില്ല.

ഞങ്ങളുടെ വേലക്കാരികളിൽ ഒരുവൾക്ക് ആരോഗ്യ വാനായ ഒരു കൊച്ചുമകനുണ്ടായിരുന്നു. ഞാൻ അവനെ നിയമപ്രകാരം ദത്തെടുത്തു. ഞാൻ മരിച്ചാൽ അവനായി രിക്കും എന്റെ സ്വത്തുക്കളുടെ അവകാശി.

വർഷങ്ങൾ കടന്നുപോയി. എന്റെ മകൻ നല്ല ആരോ ഗ്യമുള്ള യുവാവായി വളർന്നു.

ഒരിക്കൽ എനിക്ക് ഒരു വിദൂരസ്ഥലത്തേക്ക് പോകേ ണ്ടിവന്നു. യാത്ര തിരിക്കുന്നതിനുമുമ്പ് ഞാനെന്റെ ഭാര്യ യോട് പറഞ്ഞു.

"എന്റെ മകനെയും അവന്റെ അമ്മയെയും ഞാൻ വരു ന്നവരെ കാത്തുരക്ഷിക്കണം".

ഞാൻ യാത്ര തിരിച്ചു. അതോടെ എന്റെ ഭാര്യ മന്ത്ര വാദം പഠിക്കാൻ തുടങ്ങി. ഒരുവിധം നന്നായി പഠിച്ചപ്പോൾ അവൾ വേലക്കാരിയെ പശുവായും മകനെ കിടാവായും മാറ്റിക്കളഞ്ഞു.

യാത്ര കഴിഞ്ഞ് തിരിച്ചെത്തിയപ്പോൾ ഞാൻ ഭാര്യ
യോട് ചോദിച്ചു.

"എന്റെ മകനും അവന്റെ അമ്മയും എവിടെ?"

"ആ വേലക്കാരി മരിച്ചു." എന്റെ ഭാര്യ പറഞ്ഞു.

"എന്റെ മകനെവിടെ?"

"അവൻ എങ്ങോട്ടോ പോയ്ക്കളഞ്ഞു. രണ്ടുമാസമായി
ഞാനവനെ കണ്ടതേയില്ല. അവൻ എവിടെയാണെന്ന്
എനിക്കറിയില്ല".

എന്റെ മകനെ കണ്ടുപിടിക്കാൻ ഞാൻ ഒരുപാട് ശ്രമി ച്ചെങ്കിലും കണ്ടുകിട്ടിയില്ല. മാസം എട്ടുകഴിഞ്ഞു. പെരു ന്നാളിന് സുഹൃത്തുക്കൾക്ക് നല്ലൊരു സദ്യ കൊടുക്കാൻ ഞാൻ തീരുമാനിച്ചു. ഒരു തടിയൻ പശുവിനെ സദ്യക്കു വേണ്ടി കൊണ്ടുവരാൻ ഞാൻ കാര്യസ്ഥന് കൽപ്പന കൊടുത്തു.

അവൻ കൊണ്ടുവന്ന പശു എന്റെ മകന്റെ അമ്മയാ ണെന്ന് ഞാൻ അറിഞ്ഞിരുന്നില്ല. അതിനെ അറുക്കാനായി തുടങ്ങുമ്പോഴാണ് അതിന്റെ ദുഃഖവും കണ്ണീരും ഞാൻ കണ്ടത്.

"ഇതിനെ കൊണ്ടുപോ. എനിക്കിവളെ അറുക്കാൻ സാധ്യമല്ല" ഞാൻ തീർത്തുപറഞ്ഞു.

എന്റെ ഭാര്യക്ക് അതിയായ കോപം വന്നു.

"എന്തുകൊണ്ടാണ് നിങ്ങളവളെ കൊല്ലാത്തത്? ആ പശുവിനെ കൊല്ല്, അതിനെ കൊല്ല്."

"എനിക്ക് സാധ്യമല്ല." ഞാൻ പറഞ്ഞു. കാര്യസ്ഥൻ അതിനെ കൊണ്ടുപോയി അറുത്തു. പക്ഷേ, ആ പശു വിന് ഇറച്ചിയേ ഉണ്ടായിരുന്നില്ല.

"ഈ പശുവിനെ അങ്ങയുടെ സദ്യക്ക് ഉപയോഗി ക്കാൻ പറ്റില്ല. ഇതിന്റെ ശരീരത്തിൽ ഇറച്ചിയേ ഇല്ല." അരി വെപ്പുകാരൻ പറഞ്ഞു.

"ഒരു നല്ല തടിയൻ പശുക്കുട്ടിയെ കൊണ്ടുവാ. സദ്യക്ക് നമുക്കവനെ ശരിയാക്കാം." ഞാൻ പറഞ്ഞു.

വേലക്കാരൻ ഒരു തടിയൻ പശുക്കുട്ടിയെ കൊണ്ടുവ ന്നു. ആ പശുക്കുട്ടി എന്റെ മകനാണെന്ന കാര്യം ഞാൻ അറിഞ്ഞിരുന്നില്ല. പശുക്കുട്ടി എന്റെ കാൽക്കൽ വീണ് എന്റെ കണ്ണുകളിലേക്ക് ഉറ്റുനോക്കി. ഞാൻ വല്ലാതെ അത്ഭുതപ്പെട്ടു.

"ഈ പശുക്കുട്ടിയെ ദൂരെ കൊണ്ടു പോ. അതിനെ

നന്നായി നോക്കണം. സദ്യയ്ക്കുവേണ്ടി മറ്റൊരു പശു
ക്കുട്ടിയെ കൊണ്ടുവാ". ഞാനെന്റെ കാര്യസ്ഥനോട് പറ
ഞ്ഞു.

എന്റെ ഭാര്യ വല്ലാതെ കോപിച്ചു

"എന്താ ഈ പശുക്കുട്ടിയെ കൊന്നാൽ? അതിനെ
കൊല്ല്"

പക്ഷേ, എനിക്കത് ചെയ്യാൻ കഴിയുമായിരുന്നില്ല.

പിറ്റേദിവസം ഞാൻ ഒറ്റയ്ക്ക് വരുമ്പോൾ എന്റെ കാര്യ
സ്ഥൻ എന്നെ സമീപിച്ചു. അയാൾ പറഞ്ഞു. "എന്റെ
മകൾക്ക് മന്ത്രവാദമറിയാം. ഞാൻ പശുക്കിടാവിനെയും
കൊണ്ടുപോകുന്നത് കണ്ട് അവൾ ആദ്യം ചിരിച്ചു; പിന്നീട്
കരയാൻ തുടങ്ങി".

ഞാൻ അവളോട് ചോദിച്ചു:

"നീ എന്തിനാ ചിരിച്ചത്? ഇപ്പോൾ നീ എന്തിനാ കര
യുന്നത്?"

അവൾ പറഞ്ഞു:

"പിതാവേ, ഈ പശുക്കുട്ടി അദ്ദേഹത്തിന്റെ മകനാണ്.
അദ്ദേഹം അതിനെ കൊന്നില്ലല്ലോ എന്നോർത്താണ്
ഞാൻ ചിരിച്ചത്. അവന്റെ അമ്മയെ ഓർത്താണ് ഞാനി
പ്പോൾ കരയുന്നത്. അവളെ ആ വേലക്കാരൻ കൊന്നു."

ഞാൻ കാര്യസ്ഥനെയും കൂട്ടി അയാളുടെ മകളുടെ
അടുത്തേക്ക് ചെന്നു.

"നിനക്കെന്റെ മകനെ അവന്റെ പഴയ രൂപത്തിലാക്കി
ത്തരാൻ സാധിക്കുമോ? നിനക്കത് കഴിയുമോ?"

അവൾ പറഞ്ഞു:"തീർച്ചയായും എനിക്കത് ചെയ്യാൻ
കഴിയും. ഞാൻ ആവശ്യപ്പെടുന്നത് നിങ്ങൾ ചെയ്തുത
രുമെങ്കിൽ"

"എന്താണ് നിനക്ക് വേണ്ടത്?"

"അങ്ങയുടെ മകൻ എന്നെ വിവാഹം കഴിക്കണം.

അദ്ദേഹത്തെ പശുക്കുട്ടിയാക്കിയ ആ ചീത്ത സ്ത്രീയെ ഞാൻ എനിക്കിഷ്ടമുള്ളത് ചെയ്യും"

"ശരി. നീ എന്റെ മകന്റെ ഭാര്യയാകും. നിനക്കിഷ്ട മുള്ള രീതിയിൽ നീ എന്റെ ഭാര്യയോട് പെരുമാറിക്കൊള്ളൂ. പക്ഷേ, നീ അവളെ കൊല്ലരുത്. അവളെ എന്തുചെയ്യാ നാണ് നീ ഉദ്ദേശിക്കുന്നത്.?"

"അവൾ അങ്ങയുടെ മകനോട് ചെയ്തതു തന്നെ ഞാൻ അവരോടും ചെയ്യും."

അവൾ ഒരു പാത്രം വെള്ളമെടുത്തു. ചില മന്ത്രങ്ങൾ ചൊല്ലി. വെള്ളത്തിൽ ഊതി. ആ വെള്ളം പശുക്കുട്ടിയുടെ പുറത്ത് തളിച്ചു. അപ്പോൾ അത് എന്റെ മകനായി.

"എന്റെ മോനേ, എന്റെ പൊന്നുമോനേ..." ഞാനവനെ കെട്ടിപ്പിടിച്ച് ഉമ്മവച്ചു.

"ഈ പെൺകുട്ടിയാണ് നിന്നെ രക്ഷിച്ചത്. നീ ഇവളെ വിവാഹം കഴിക്കാനാഗ്രഹിക്കുന്നു എന്ന് ഞാൻ കരു തുന്നു."

അവൾ എന്റെ ഭാര്യയെ ഒരു മാനാക്കി മാറ്റി. അവൾ ഒരു പശുവാകുന്നതിനേക്കാൾ ഈ രൂപത്തിൽ കാണാ നാണ് ഞാനിഷ്ടപ്പെടുന്നത്. കാരണം, അവൾക്ക് ഞങ്ങ ളുടെ കൂടെ വീട്ടിനുള്ളിൽത്തന്നെ കഴിയാമല്ലോ. ഞാനി പ്പോൾ എന്റെ മകനെ കാണാനായി യാത്ര തിരിച്ചതാണ്. എന്റെ ഭാര്യയെയും ഞാൻ കൂടെ കൊണ്ടുവന്നിരിക്കുന്നു."

ഭൂതം പറഞ്ഞു: "ഇത് ഒന്നാന്തരം കഥ തന്നെ. അതു കൊണ്ട് ഞാൻ ഈ മനുഷ്യന് അവന്റെ പകുതി ജീവൻ തിരിച്ചുനൽകാം. ബാക്കി പകുതി കിട്ടണമെങ്കിൽ കറുത്ത നായ്ക്കളുടെ യജമാനനായ വൃദ്ധനും നല്ലൊരു കഥ പറ യണം."

വൃദ്ധൻ കഥ ആരംഭിച്ചു.

ഷെഹർസാദ നിലവിളിച്ചു. "അയ്യോ, നേരം പുലർന്ന ല്ലോ. രണ്ടാമത്തെ വൃദ്ധന്റെ കഥ കേൾക്കണമെങ്കിൽ നാളെവരെ കാത്തിരിക്കേണ്ടിവരും."

പിറ്റേ ദിവസം പുലർച്ചയ്ക്ക് ദിനർസാദ ആവശ്യപ്പെട്ടു. "ചേച്ചീ, ഉണർന്നിരിക്കുകയാണെങ്കിൽ രണ്ടാമത്തെ വൃദ്ധന്റെ കഥ പറയൂ."

ഷെഹർസാദ രണ്ടാമത്തെ വൃദ്ധന്റെ കഥ ആരംഭിച്ചു.

4

രണ്ടാമത്തെ വൃദ്ധനും കറുത്ത നായ്ക്കളും

ഈ രണ്ടു കറുത്ത നായ്ക്കളും എന്റെ സഹോദരന്മാരായിരുന്നു. ഞങ്ങളുടെ പിതാവ് മരിക്കുമ്പോൾ ഞങ്ങൾ ഓരോരുത്തർക്കും ആയിരം സ്വർണനാണയം വീതം തന്നു.

എന്റെ മൂത്ത സഹോദരൻ പറഞ്ഞു:

"ഞാൻ ആയിരം സ്വർണനാണയങ്ങളുമായി നാടു തോറും സഞ്ചരിക്കും; കച്ചവടം ചെയ്യും; തിരിച്ചുവരുമ്പോൾ ഞാൻ വലിയ പണക്കാരനായിരിക്കും."

അവൻ യാത്ര തിരിച്ചു. ഒരു കൊല്ലത്തോളം അവനെ കണ്ടതേയില്ല.

വർഷാവസാനം ഒരു ദരിദ്രൻ എന്റെ വീട്ടുവാതിൽക്കൽ വന്നു.

"നമസ്കാരം, എന്താ നിങ്ങൾക്ക് വേണ്ടത്"? ഞാൻ ചോദിച്ചു.

"നിനക്കെന്നെ മനസിലായില്ലേ?"

ഞാൻ സൂക്ഷിച്ചുനോക്കി. അതെന്റെ ജ്യേഷ്ഠനായിരുന്നു.

ഞാൻ അവനെ എന്റെ വീട്ടിലേക്ക് കൊണ്ടുപോയി. അവന് ഭക്ഷണവും വസ്ത്രവും കൊടുത്തു.

അവൻ പറഞ്ഞു. "എന്റെ പണമെല്ലാം നഷ്ടപ്പെട്ടു."

ആ വർഷം ജോലി ചെയ്ത് ഞാൻ ആയിരം സ്വർണ നാണയം കൂടി സമ്പാദിച്ചിരുന്നു. അങ്ങനെ എന്റെ കൈ യിൽ രണ്ടായിരം സ്വർണനാണയമായി. അതിൽ ആയിരം ഞാൻ ജ്യേഷ്ഠനു നൽകി. ഞങ്ങൾ അച്ഛനുണ്ടായിരുന്ന കാലത്തെന്നപോലെ വീണ്ടും ഒന്നിച്ചു ജീവിച്ചു.

എന്റെ രണ്ടാമത്തെ സഹോദരൻ ഒരു ദിവസം പറ ഞ്ഞു: "ഞാൻ കച്ചവടത്തിനായി മറ്റു രാജ്യങ്ങളിലേക്ക് പുറപ്പെടുകയാണ്. വർഷാവസാനം ഞാൻ വലിയ പണ ക്കാരനായി തിരിച്ചുവരും."

അവനും എന്റെ മൂത്ത സഹോദരനെപ്പോലെ വർഷാ വസാനം പാപ്പരായി തിരിച്ചുവന്നു. അവന്റെ പണമെല്ലാം നഷ്ടപ്പെട്ടിരുന്നു. ഞാൻ വേണ്ട സഹായം ചെയ്തു.

കുറച്ചുകാലം കഴിഞ്ഞപ്പോൾ എന്റെ രണ്ട് സഹോദര ന്മാരും കൂടി വന്ന് എന്നോടു പറഞ്ഞു.

"നമുക്ക് മൂന്നുപേർക്കും കൂടി കച്ചവടത്തിനു പോകാം. പണക്കാരായി തിരിച്ചുവരാം."

അത് ഞാൻ തീരെ ഇഷ്ടപ്പെട്ടില്ല. എങ്കിലും എനിക്ക് എന്റെ സഹോദരന്മാരെ സഹായിക്കണമെന്നുണ്ടായിരു ന്നു. ഞാൻ ഓരോരുത്തർക്കായി ആയിരം സ്വർണനാ ണയം വീതം നൽകി. ആയിരം സ്വർണനാണയം എനി ക്കായി മാറ്റിവച്ചു. ബാക്കിയുള്ള മൂവായിരം സ്വർണനാ ണയം വീട്ടിനകത്ത് തറയിൽ കുഴിച്ചിട്ടു.

ഞങ്ങൾ യാത്ര പുറപ്പെട്ടു. ഞങ്ങൾ ഒരു രാജ്യത്തു നിന്ന് ചില സാധനങ്ങൾ വാങ്ങി മറ്റൊരു രാജ്യത്ത് കൊണ്ടുപോയി വിറ്റു. അവസാനം ഞങ്ങൾ സമുദ്രതീര ത്തുള്ള ഒരു പട്ടണത്തിലെത്തി. കടൽത്തീരത്തുകൂടി നട

ക്കുമ്പോൾ ഒരു സ്ത്രീയെക്കണ്ട് ഞാൻ പകച്ചുനിന്നുപോ
യി. അവൾ പാവപ്പെട്ടവളുടെ വേഷമാണ് ധരിച്ചിരുന്നതെ
ങ്കിലും അതിസുന്ദരിയായിരുന്നു. എന്റെ കൈപിടിച്ച്
ചുംബിച്ച് അവൾ പറഞ്ഞു:

"ദയവായി എന്നെ വിവാഹം കഴിച്ച് നിങ്ങളുടെ കപ്പ
ലിൽ കയറ്റി എങ്ങോട്ടെങ്കിലും കൊണ്ടുപോകൂ."

ആദ്യം അങ്ങനെ ചെയ്യാൻ ഞാൻ ഇഷ്ടപ്പെട്ടില്ല.
പക്ഷേ, കുറച്ചു ദിവസം കഴിഞ്ഞപ്പോൾ അവൾ നല്ലവളും
ദയാവതിയുമാണെന്ന് എനിക്ക് മനസിലായി. ഞങ്ങൾ കപ്പ
ലിൽ യാത്ര തിരിച്ചു. ദിവസങ്ങൾ കഴിയുംതോറും ഞാൻ
അവളെ കൂടുതൽ സ്നേഹിക്കാൻ തുടങ്ങി.

എന്റെ സഹോദരൻമാർക്ക് അത് തീരെ ഇഷ്ടപ്പെട്ടില്ല.
"നോക്കൂ, അവൻ ആ പെണ്ണിനെ എന്തുമാത്രം ഇഷ്ടപ്പെ
ടുന്നെന്ന് നോക്ക്. അവന്റെ പണം മുഴുവൻ അവൾക്ക്
കൊടുക്കും. അവൻ നമുക്കൊരു ചില്ലിക്കാശ് ഇനി തരാൻ
പോകുന്നില്ല." അവർ പറഞ്ഞു.

ഒരു ദിവസം രാത്രി, ഉറങ്ങുമ്പോൾ അവർ എന്നെയും
ഭാര്യയെയും കടലിലേക്ക് വലിച്ചെറിഞ്ഞു.

എന്റെ ഭാര്യ ഒരു ദേവതയായിരുന്നു. അവൾ എന്നെ
കടലിൽ നിന്ന് രക്ഷപ്പെടുത്തി, പുറത്തേറ്റി മറ്റൊരു ദ്വീപി
ലേക്ക് പറന്നു.

നേരം പുലർന്നപ്പോൾ അവൾ പറഞ്ഞു: "കടൽക്കര
യിലൂടെ നടന്നുപോകുന്ന നിങ്ങളെ കണ്ടപ്പോൾ നല്ലൊരു
മനുഷ്യനാണെന്ന് എനിക്കു തോന്നി. അതുകൊണ്ടാണ്
ഞാൻ നിങ്ങളോട് എന്നെ വിവാഹം കഴിക്കാൻ ആവശ്യ
പ്പെട്ടത്. നിങ്ങൾ വളരെ ദയാലുവും നല്ലവനും ആണെന്ന്
എനിക്ക് നന്നായി അറിയാം. പക്ഷേ, നിങ്ങളുടെ സഹോ
ദരന്മാരെ എനിക്ക് വെറുപ്പാണ്. നിങ്ങളെ ഞാൻ തിരിച്ച്
നിങ്ങളുടെ വീട്ടിലെത്തിക്കാം. പക്ഷേ, വീട്ടിലെത്തുമ്പോൾ

അവിടത്തെ കാഴ്ച കണ്ട് നിങ്ങൾ അത്ഭുതപ്പെടരുത്."

വീട്ടിൽ ചെന്നപ്പോൾ രണ്ടു കറുത്ത നായ്ക്കളെയാണ് ഞാൻ കണ്ടത്.

എന്റെ ഭാര്യ എന്നോട് പറഞ്ഞു.

"ഈ നായ്ക്കൾ നിങ്ങളുടെ സഹോദരന്മാരാണ്. പത്തുവർഷക്കാലം ഇവർ ഇതേ രൂപത്തിലായിരിക്കും. അതു കഴിഞ്ഞാൽ നിങ്ങൾ അവരെ എന്റെ അടുത്തേക്ക് കൊണ്ടുവരണം."

അവളെ എവിടെ കണ്ടുമുട്ടാമെന്ന് അവൾ എനിക്ക് പറഞ്ഞുതന്നിരുന്നു.

"ഭൂതമേ, ഇതാണ് എന്റെ കഥ, നല്ല കഥയല്ലേ? ഇനി ഈ മനുഷ്യന് അയാളുടെ പകുതി ജീവൻ തിരിച്ചു നൽകുമോ?"

ഭൂതം സമ്മതിച്ചു. "ഇതും ഒന്നാന്തരം കഥ തന്നെ. ആദ്യത്തെ കഥയെക്കാളും നല്ലതാണ് ഈ കഥ. അതു കൊണ്ട് ഞാൻ ഈ മനുഷ്യന് അവന്റെ ജീവൻ സന്തോ ഷത്തോടെ തിരിച്ചു നൽകുന്നു."

ഭൂതം വീണ്ടുമൊരു മേഘമായി മാറി. അപ്രത്യക്ഷ നായി.

*   *   *   *   *   *   *

"പക്ഷേ, സുൽത്താൻ ഹാറൂൺ അൽ റഷീദിന്റെയും കാഴ്ച നഷ്ടപ്പെട്ട, അന്ധനായ വൃദ്ധന്റെയും കഥയുമായി തട്ടിച്ചുനോക്കുമ്പോൾ ഈ രണ്ടു കഥകളും അത്ര മെച്ചമ ല്ല. പക്ഷേ, സൂര്യൻ ഉദിച്ചതുകൊണ്ട് എനിക്ക് മരിക്കാൻ നേരമായി, ആ കഥ മുഴുവൻ പറയാൻ കഴിയില്ലല്ലേ? എന്നാലും ഞാനാ കഥ തുടങ്ങിവെക്കാം" എന്നു പറ ഞ്ഞുകൊണ്ട് ഷെഹർസാദ കഥ ആരംഭിച്ചു.

പ്രജകൾ സന്തുഷ്ടരാണോ, അവർക്ക് നീതി ലഭിക്കു ന്നുണ്ടോ എന്നീ കാര്യങ്ങളിൽ ബാഗ്ദാദിലെ ഖലീഫയായ ഹാറൂൺ അൽ റഷീദിന് എപ്പോഴും സംശയമായിരുന്നു. അതുകൊണ്ട് ഒരു ദിവസം അദ്ദേഹം മന്ത്രിയെ വിളിച്ച് ഉത്തരവിട്ടു:"നമുക്ക് രാത്രി കാലങ്ങളിൽ ജനങ്ങളുടെ ഇട യിലിറങ്ങിച്ചെന്ന് അവരെ നേരിട്ടുകാണാം. അവർ സന്തു ഷ്ടരാണോ, ദുഃഖിതരാണോ എന്ന് അപ്പോഴറിയാമല്ലോ. നമുക്ക് അവരുടെ ജീവിതകഥകൾ കേൾക്കാം. സങ്കടപ്പെ ടുന്ന ഒരാളെ കണ്ടാൽ അയാളുടെ ദുഃഖകാരണം അന്വേ

ഷിച്ചറിയാം. അവശതയനുഭവിക്കുന്നവരുടെ ദുഃഖത്തിനും കാരണമാരായാം.”

ഒരു ദിവസം രാത്രി ഖലീഫയും മന്ത്രിയും പാവപ്പെട്ട വരുടെ വേഷമണിഞ്ഞ് നഗരത്തിലേക്ക് പുറപ്പെട്ടു. ഭിക്ഷ യാചിക്കുന്ന ഒരു കുരുടനെ അവർ അവിടെ കണ്ടു....

സുൽത്താൻ ഷെഹർസാദയോടു പറഞ്ഞു:

“ഖലീഫാ ഹാറൂൺ അൽ റഷീദിന്റെയും, ആ കണ്ണു പൊട്ടന്റെയും കഥ എനിക്കെന്തായാലും കേൾക്കണം. നാളെ സൂര്യനുദിക്കുന്നതിന് മുമ്പ് നീയത് എന്നെ പറഞ്ഞു കേൾപ്പിക്കണം.”

5

ഖലീഫയും ബാഗ്ദാദിലെ കുരുടനും

ഖലീഫ ഹാറൂൺ അൽ റഷീദും മന്ത്രിയും വേഷം മാറി ഒരു രാത്രിയിൽ ബാഗ്ദാദിലെ നഗരവീഥികളിൽകൂടി സഞ്ചരിച്ചു. വേഷം മാറിയിരുന്നതുകൊണ്ട് അവരെ ആരും തിരിച്ചറിഞ്ഞതേയില്ല.

അവർ ഒരു ചെറിയ വഞ്ചിയിൽ കയറി യൂഫ്രട്ടീസ് നദി കടന്ന് അക്കരെയുള്ള രാജപാതയിലെത്തി. അവിടത്തെ സമാധാനജീവിതം കണ്ട് അവർ സന്തുഷ്ടരായി. അവർ ഖലീഫയുടെ വീട്ടിലേക്ക് പോകാനുള്ള പാലത്തിൽ എത്തിച്ചേർന്നു. അവിടെ കണ്ണുപൊട്ടനായ ഒരു വൃദ്ധൻ ഭിക്ഷ ചോദിക്കുന്നത് കണ്ട് അവർ നിന്നു.

"യജമാനനേ ദയവുണ്ടാകണം. ഞാൻ ഇന്ന് ഒന്നും കഴിച്ചിട്ടില്ല. ഭക്ഷണം വാങ്ങാൻ കുറച്ചു പണം തരണം യജമാനനേ."

പണം വാങ്ങി, നന്ദി പറഞ്ഞിട്ട് അയാൾ ആവശ്യപ്പെട്ടു: "യജമാനനേ അങ്ങ് എനിക്കുവേണ്ടി ഒരു കാര്യംകൂടി ചെയ്തു തരണം. എന്നെ അടിക്കൂ, എന്നെ ശക്തിയായി അടിക്കൂ."

"നീയെന്തിനാ എന്നോട് ഇങ്ങനെ ആവശ്യപ്പെടു ന്നത്?" ഖലീഫ ചോദിച്ചു.

"ഒരാൾ ശിക്ഷിക്കപ്പെടുമ്പോൾ അയാൾക്ക് വേദന തോന്നണം. കാരണം, അയാൾ തെറ്റുകാരനാണ്. ഞാൻ തെറ്റുചെയ്തവനാണ്, ഞാൻ തീർച്ചയായും ശിക്ഷയ്ക്കർ ഹനാണ്."

"എനിക്ക് കഴിയില്ല. നിങ്ങൾ ആരോഗ്യമില്ലാത്ത വൃദ്ധ ൻ. ഇന്നു മുഴുവൻ ഭക്ഷണം കഴിക്കാത്തതിനാൽ നിങ്ങൾ ക്ഷീണിതനുമാണ്. ഞാനെന്തിന് നിങ്ങളെ അടിക്കണം?" ഖലീഫ ചോദിച്ചു.

വൃദ്ധൻ മറുപടി പറഞ്ഞു: "നിങ്ങൾ തന്ന പണം തിരി ചെടുത്തോളൂ. അല്ലെങ്കിൽ ഞാൻ പറയുന്നതുപോലെ ചെയ്യണം. ശിക്ഷയനുഭവിക്കാതെ ഒരാളിൽനിന്നും പണം സ്വീകരിക്കയില്ലെന്ന് ഞാൻ നേരത്തെ പറഞ്ഞല്ലോ. നിങ്ങൾക്കെന്റെ കഥയറിയില്ല. ഞാൻ ശിക്ഷിക്കപ്പെടാൻ അർഹനാണ്."

ഖലീഫയ്ക്ക് അയാളെ അടിക്കേണ്ടിവന്നു. "ഇനിയും ശക്തിയായി അടിക്കൂ."

ഖലീഫ വീണ്ടും വീണ്ടും അയാളെ അടിച്ചു.

അങ്ങനെ വൃദ്ധൻ പണം സ്വീകരിച്ചപ്പോൾ ഖലീഫയും മന്ത്രിയും യാത്ര തുടർന്നു. "എന്താണിതിന്റെ പൊരുൾ? എന്തിനാണ് ആ മനുഷ്യൻ എന്നോട് അടിക്കാൻ ആവ ശ്യപ്പെട്ടത്? അയാളോട് ഞാൻ ആരാണെന്നും, വൈകു ന്നേരത്തെ പ്രാർത്ഥനയ്ക്കു ശേഷം എന്നെ വന്നുകാ ണാനും അറിയിക്കൂ." ഖലീഫ മന്ത്രിയോട് കൽപ്പിച്ചു.

മന്ത്രി വീണ്ടും വൃദ്ധനെ കാണുകയും അയാൾക്ക് ഒരു നാണയം ഭിക്ഷ കൊടുക്കുകയും ചെയ്തു: അയാളെ തുടരെ അടിച്ച ശേഷം ഖലീഫയുടെ കൽപ്പന അറിയിച്ചു.

പിറ്റേദിവസം വൈകുന്നേരത്തെ പ്രാർത്ഥനയ്ക്കു ശേഷം മന്ത്രി വൃദ്ധനെ ഖലീഫയുടെ ദർബാർഹാളിലേക്ക് കൂട്ടിക്കൊണ്ടുവന്നു.

"എന്താ നിങ്ങളുടെ പേര്?" ഖലീഫ ചോദിച്ചു.

"എന്റെ പേര് ബാബാ-അബ്ദുല്ലാ" വൃദ്ധൻ പറഞ്ഞു.

"എന്തിനാണ് ഭിക്ഷ തരുന്നവരോട് നിങ്ങളെ അടി ക്കാൻ ആവശ്യപ്പെടുന്നത്? എന്താണതിന്റെ കാരണം? ഒരു വൃദ്ധനെ അടിക്കാൻ പ്രേരിപ്പിക്കുക. അതും അച്ഛനോള മോ, അതിനേക്കാളേറെയോ പ്രായമുള്ള ഒരാളെ.... എന്റെ പ്രജകൾ ഇങ്ങനെ ചെയ്യുന്നത് ശരിയല്ല."

അയാൾ സ്വന്തം കഥ പറയാൻ തുടങ്ങി:

"അല്ലയോ ഖലീഫാ, ഞാൻ ബാഗ്ദാദിലാണ് ജനി
ച്ചത്. ഞാൻ യുവാവായിരുന്നപ്പോൾത്തന്നെ എന്റെ മാതാ
പിതാക്കൾ മരിച്ചു. അവർ എനിക്കുവേണ്ടി കുറച്ചു പണം
കരുതിവെച്ചിരുന്നു. കൂടുതൽ പണമുണ്ടാക്കാനായി ഞാൻ
എല്ലുമുറിയെ പണിയെടുത്തു. എനിക്ക് ധാരാളം പണമു
ണ്ടായി. ഞാൻ എൺപത് ഒട്ടകങ്ങളുടെ ഉടമസ്ഥനായി.
ഒട്ടകങ്ങളുമായി ഞാൻ ഊരുചുറ്റിനടന്ന് കച്ചവടം ചെയ്തു.
ഞാൻ ഒരു വലിയ ധനികനായി. പണം കൂടുതൽ ഉണ്ടാ
ക്കാൻ ഞാൻ ആഗ്രഹിച്ചു."

ഒരു ദിവസം ബാൽസോറിൽ നിന്ന് ഞാൻ മടങ്ങുക
യായിരുന്നു. ഭക്ഷണം കൊടുക്കാൻ വേണ്ടി ഉച്ചയോടെ
ഒരു സ്ഥലത്ത് ഒട്ടകങ്ങളെ നിറുത്തി, വൃക്ഷത്തണലിലി
രുന്ന് ഞാൻ വിശ്രമിക്കുകയായിരുന്നു.

ജീവിതം ദൈവത്തിനുവേണ്ടി ഉഴിഞ്ഞുവെച്ചവനാണ്
സന്യാസി എന്ന് നിങ്ങൾക്കറിയാമല്ലോ. അയാൾ ഒരി
ക്കലും സ്വത്തും പണവും മോഹിക്കാറില്ല.

ഞാൻ മരത്തണലിലിരിക്കുമ്പോൾ ബാൽസോറിലേക്ക്
പോകുന്ന ഒരു സന്യാസി എന്നെ സമീപിച്ചു. ഞാൻ
അയാൾക്ക് ഭക്ഷണം കൊടുത്തു. ഭക്ഷണം കഴിക്കുന്ന
തിനിടയിൽ ഞങ്ങളുടെ ജീവിതവൃത്തികളെക്കുറിച്ച് സംസാ
രിച്ചു.

"എനിക്ക് ധനം വേണ്ട" അയാൾ പറഞ്ഞു:

എനിക്ക് പൊന്നോ, ആഭരണമോ വേണമെങ്കിൽ
ഇഷ്ടം പോലെ കിട്ടുമായിരുന്നു. ഇവിടെ അടുത്തൊരു
ഗുഹയിൽ ധാരാളം സ്വർണവും ആഭരണങ്ങളും ഒളിച്ചു
വെച്ചിട്ടുണ്ട്. നിങ്ങളുടെ എൺപത് ഒട്ടകങ്ങളും ചുമന്നാലും
തീരാത്തത്ര സ്വർണം ആ ഗുഹയിലുണ്ട്."

"നിങ്ങൾക്ക് സ്വർണവും പണവുമൊന്നും ആവശ്യമി
ല്ലെന്ന് എനിക്കറിയാം. അതുകൊണ്ട് ഇത്തരം വസ്തു

ക്കൾ ഒളിച്ചുവെച്ചിരിക്കുന്ന സ്ഥലമറിഞ്ഞിട്ട് നിങ്ങ ൾക്കെന്താ പ്രയോജനം? നിങ്ങൾ ഒറ്റയാനാണ്. നടന്ന് ജീവി ക്കുന്നവൻ. നിങ്ങൾക്ക് വളരെ കുറച്ചേ ചുമക്കാൻ പറ്റൂ; അതെവിടെയാണെന്ന് എനിക്കു പറഞ്ഞു തരൂ. "ഞാൻ എന്റെ എൺപത് ഒട്ടകപ്പുറത്തും ഇഷ്ടംപോലെ സാധന ങ്ങൾ കയറ്റാം; അതിൽ ഒന്നിനെ നിങ്ങൾക്ക് തരികയും ചെയ്യാം". ഞാൻ പറഞ്ഞു.

"ഞാൻ സ്വർണത്തെ ഏറ്റവുമധികം സ്നേഹിക്കുന്നു. എന്റെ ഒട്ടകങ്ങളിൽ ഒന്നിനെ അയാൾക്ക് കൊടുത്താൽ അതിലെ സ്വർണം മുഴുവൻ അയാൾക്കു ലഭിക്കും. എനിക്ക് എഴുപത്തി ഒമ്പത് ഒട്ടകങ്ങളായി കുറയുകയും ചെയ്യും." – ഞാൻ മനസിൽ കരുതി.

എന്റെ മനസ്സിലെ ചിന്തകൾ വായിക്കാൻ അയാൾക്ക് കഴിഞ്ഞു.

"സഹോദരാ, നിങ്ങളുടെ ചിന്ത നീതിപൂർവമല്ലെന്ന് നിങ്ങൾക്കു തന്നെ അറിയാം. നിങ്ങൾ ഒരു നല്ല മനുഷ്യ നായിരിക്കുമെന്ന് കരുതിയാണ് സ്വർണഗുഹയെപ്പറ്റി നിങ്ങ ളോട് പറഞ്ഞത്. നിങ്ങൾ അതിൽ പകുതി എനിക്ക് തരി കയും. നമ്മൾ രണ്ടുപേരും പണക്കാരാകുന്നതിൽ നിങ്ങൾ എന്നോട് നന്ദി പറയുകയും ചെയ്യുമെന്നാണ് ഞാൻ കരു തിയത്. നിങ്ങൾക്ക് ഗുഹ കാണിച്ചു തരുന്നതിനു മുമ്പ് പകുതി എനിക്കു തരുമെന്ന് വാക്കുതരണം. നാൽപത് ഒട്ടകങ്ങളും, അതിലെ വസ്തുവകകളും എനിക്ക് കിട്ട ണം." അയാൾ പറഞ്ഞു.

"അയാളും എന്നെപ്പോലെതന്നെ പണക്കാരനാവു കയോ?" ആ ചിന്ത എനിക്ക് സഹിക്കാനായില്ല. 'പക്ഷേ, അയാൾ പറയുന്നത് സമ്മതിച്ചില്ലെങ്കിൽ എനിക്കൊന്നും കിട്ടില്ല' – ഞാൻ മനസിൽ കരുതി.

"ശരി, നാൽപ്പത് ഒട്ടകങ്ങളും അതിൽ കയറ്റുന്ന

ഭാണ്ഡങ്ങളും നിങ്ങൾക്കു തരാം. എനിക്ക് ആ സ്ഥലം കാണിച്ചുതരൂ." ഞാൻ പറഞ്ഞു.

രണ്ടു മലകൾക്കിടയിലുള്ള ഒരു ഇടുങ്ങിയ വഴിയിൽ ഞങ്ങളെത്തി. മലകളുടെ വശങ്ങൾ മതിലുപോലെയായി രുന്നു. അതുകൊണ്ടുതന്നെ ആർക്കും അവിടെ കയറാൻ പറ്റില്ല. മറ്റേ അറ്റത്ത് ഉയർന്ന ഒരു പാറയുണ്ട്. അതു കൊണ്ട് ഗുഹയിലേക്ക് ആകെ ഒരു വഴിയേ ഉള്ളൂ. ഞങ്ങൾ നടന്ന വഴി.

സന്യാസി തീ കത്തിച്ചു. അയാൾ തീയിൽ കുറച്ച് മന്ത്രപ്പൊടി വിതറി. അപ്പോൾ പാറ താനേ തുറന്നു. ഞാൻ ഉള്ളിലേക്ക് ഓടിക്കയറി. ഒരു സഞ്ചിയിൽ ഞാൻ സ്വർണ ക്കട്ടികൾ നിറച്ചു. അപ്പോഴാണ് സഞ്ചിയിൽ ആഭരണങ്ങൾ നിറയ്ക്കുന്ന സന്യാസിയെ കണ്ടത്. 'ഇതിനേക്കാൾ നല്ലത് അതാണ്' ഞാൻ വിചാരിച്ചു. 'സ്വർണക്കട്ടികളേ ക്കാൾ നല്ലത് ആഭരണങ്ങളാണ്. ഒട്ടകപ്പുറത്ത് കൂടുതൽ കയറ്റാൻ സാധിക്കും. എനിക്ക് പണവും കൂടുതൽ കിട്ടും.'

എല്ലാ ഒട്ടകങ്ങളുടെയും പുറത്ത് ആവശ്യത്തിലേറെ കെട്ടുകൾ കയറ്റി. ഞങ്ങൾ യാത്ര പുറപ്പെടാൻ ഒരുങ്ങി. അപ്പോൾ സന്യാസി ഗുഹയുടെ അങ്ങേ അറ്റത്തുള്ള ഒരു തങ്കപ്പെട്ടിയുടെ അടുത്തേക്ക് നടന്നു. അതിൽ നിന്നും അയാൾ ഒരു ചെറിയ മരപ്പെട്ടി പുറത്തെടുത്തു. അയാൾ വീണ്ടും തീ കത്തിക്കുകയും മാന്ത്രികപ്പൊടി വിതറുകയും ചെയ്തു. അപ്പോൾ ഗുഹ തനിയെ അടഞ്ഞു. പാറ പഴയ തുപോലെ തോന്നിച്ചു.

ഞങ്ങൾ നാലുപേരും നാൽപത് ഒട്ടകങ്ങൾ വീതം എടുത്തു. വഴികൾ രണ്ടായി പിരിയുന്ന ഒരു സ്ഥലത്ത് ഞങ്ങൾ എത്തി. ഒന്നു ബൽസോറിലേക്കും മറ്റൊന്ന് ബാഗ്ദാദിലേക്കുമുള്ള വഴികളായിരുന്നു. അയാൾ ബാൽസോറിലേക്കും ഞാൻ ബാഗ്ദാദിലേക്കുമായിരുന്നു.

സ്വർണവും ആഭരണങ്ങളും കണ്ടെടുക്കാൻ സഹാ
യിച്ചതിന് ഞാനയാളോട് നന്ദി പറഞ്ഞു. "ദൈവം നിങ്ങ
ളുടെ കൂടെ യാത്രയിൽ സഹായത്തിനായി ഉണ്ടാവും.
നിങ്ങൾ എന്നും സന്തോഷവാനായിരിക്കട്ടെ:" ഞാൻ പറ
ഞ്ഞു. ഞങ്ങൾ രണ്ടുപേരും രണ്ടുവഴിക്കായി തിരിഞ്ഞു.

എന്റെ വഴിയിലൂടെ കുറച്ചുനേരം സഞ്ചരിച്ചപ്പോൾ
എനിക്ക് തോന്നി: ഒരു സന്യാസിക്കെന്തിനാണ് ഇത്രയ
ധികം പണം? അതു മുഴുവൻ അയാൾക്കാവശ്യമില്ല.
അയാൾക്കാണെങ്കിൽ ആ ഗുഹ തുറക്കാനുള്ള മന്ത്രമറി
യാം. അതുകൊണ്ട് എപ്പോൾ വേണമെങ്കിലും തുറക്കാം.
ആവശ്യമുള്ളത്ര സ്വർണം എടുക്കുകയും ചെയ്യാം.

ഞാൻ എന്റെ ഒട്ടകങ്ങളെ നിർത്തിയിട്ട് സന്യാസിയുടെ അടുക്കലേക്ക് ഓടിച്ചെന്നു.

"നിങ്ങൾ സന്യാസിയാണല്ലോ സഹോദരാ. നിങ്ങൾ ലളിതജീവിതം നയിക്കുന്നു. മറ്റുള്ളവർക്ക് നന്മ മാത്രം ചെയ്യുന്നു. ഇഹലോകജീവിതത്തിൽ താങ്കൾക്ക് താൽപ്പ ര്യമില്ല. ഈ സ്വത്തുക്കൾ നിങ്ങളുടെ മനസിന് ഭാരമായി രിക്കും; മാത്രമല്ല അവ നിങ്ങളെ അസന്തുഷ്ടനാക്കുകയും ചെയ്യും. അതുമല്ല, നിങ്ങൾക്ക് ഒട്ടകങ്ങളെ നിയന്ത്രിക്കാ നുമറിയില്ലല്ലോ. നിങ്ങൾ ബുദ്ധിമാനാണെങ്കിൽ മുപ്പത് ഒട്ട കങ്ങളിൽ അധികം ഒരിക്കലും കൊണ്ടുപോവില്ല. ഇത്ര യേറെ എണ്ണത്തെ മേയ്ക്കുവാൻ നിങ്ങൾക്ക് നന്നേ വിഷ മിക്കേണ്ടിവരും."

"നിങ്ങൾ പറയുന്നത് ശരിയാണോ" സന്ന്യാസി പറഞ്ഞു: "ഞാനതിനെക്കുറിച്ച് ആലോചിച്ചില്ല. എന്റെ ഒട്ട കങ്ങളിൽ പത്തെണ്ണത്തിനെക്കൂടി നിങ്ങളെടുത്തോളൂ."

അവയിൽ ഏറ്റവും നല്ലതു നോക്കി പത്തെണ്ണത്തിനെ സ്വന്തമാക്കി, ഞാനെന്റെ മറ്റു ഒട്ടകങ്ങളുടെ അടുത്തെത്തി. വീണ്ടും ഞാൻ ബാഗ്ദാദിലേക്ക് യാത്ര പുറപ്പെട്ടു.

സന്യാസി എവിടെ എത്തി എന്നറിയാൻ ഞാൻ തിരി ഞ്ഞുനോക്കി. അയാൾ അപ്പോഴും പുറപ്പെട്ടിരുന്നില്ല. അയാൾക്ക് ഒട്ടകങ്ങളെ വേഗം നയിക്കാൻ കഴിയുന്നുണ്ടാ യിരുന്നില്ല.

വളരെ എളുപ്പത്തിൽ പത്തെണ്ണത്തിനെ കിട്ടിയ സ്ഥിതിക്ക് കൂടുതൽ ചോദിക്കാമായിരുന്നു എന്ന് ഞാനാ ശിച്ചുപോയി.

"സഹോദരാ" ഞാൻ പുറകിൽനിന്ന് സന്ന്യാസിയെ വിളിച്ചു: "ഒരു നല്ല ഇടയനുമാത്രമേ ഇത്രയധികം ഒട്ടക ങ്ങളെ മേയ്ക്കാൻ സാധിക്കൂ എന്നാണ് എനിക്ക് തോന്നു

ന്നത്. ഇതിൽ പത്തെണ്ണത്തിനെക്കൂടി എനിക്ക് തരുന്ന തായിരിക്കും നിങ്ങൾക്ക് സൗകര്യം."

അയാൾ പത്തെണ്ണത്തെക്കൂടി എനിക്ക് തന്നു. അങ്ങനെ എനിക്ക് അറുപതെണ്ണമായി. അയാൾക്കു വെറും ഇരുപതും!

'എത്ര കൂടുതൽ കിട്ടുന്നോ മനുഷ്യൻ അത്രയും കൂടു തൽ മോഹിക്കുന്നു' എന്നൊരു ചൊല്ലുണ്ടല്ലോ. അതായി രുന്നു എന്റെയും സ്ഥിതി. ഒരൊറ്റ ഒട്ടകംപോലും അയാ ളുടെ സ്വന്തമാകുന്നത് എനിക്ക് സഹിക്കാനായില്ല.

ഞാൻ വീണ്ടും തിരിച്ചുചെന്ന് അയാളോട് പറഞ്ഞു: "നിയന്ത്രിക്കാനാവാത്ത ഈ ഇരുപത് ഭൂതങ്ങളേയും കൊണ്ട് നിങ്ങൾ യാത്ര ചെയ്യുന്ന കാര്യമാലോചിച്ച് എനിക്ക് സമാധാനമില്ല. ഏതെങ്കിലും ഒന്ന് ഓടിപ്പോവു കയോ നിങ്ങളെ കടിക്കുകയോ മറ്റോ ചെയ്താൽ എന്തു ചെയ്യും? ഒട്ടകം കടിച്ചാൽ മരിക്കാനും സാധ്യതയുണ്ട്. നിങ്ങൾക്ക് എപ്പോൾ വേണമെങ്കിലും ഗുഹയിൽച്ചെന്ന് ഒരു കഴുതപ്പുറത്ത് സ്വർണക്കട്ടികളും ആഭരണങ്ങളും എടു ക്കാമല്ലോ. പക്ഷേ, നിങ്ങൾ ഒരു സന്യാസിയായതു കാരണം കൂടുതൽ പണത്തിന്റെ ആവശ്യമില്ല. നിങ്ങൾ പത്തിരുപത് ഒട്ടകം നിറയെ പണവും പണ്ടങ്ങളുമായി നഗരത്തിലെത്തുന്നത് അത്ര പന്തിയായി തോന്നുന്നില്ല. ജനങ്ങൾ നിങ്ങളെപ്പറ്റി എന്ത് കരുതും? നിങ്ങൾക്ക് ഇതൊക്കെ എവിടെന്ന് കിട്ടിയെന്ന് അവർ ചോദിക്കാതി രിക്കുമോ? അവർ പറയും: "അയാളൊരു കള്ളനാണ്. അയാൾ ശരിയായ സന്യാസിയല്ല. സന്യാസിയുടെ വേഷ മിട്ട കള്ളനാണ്."

സന്യാസി അയാളുടെ ബാക്കി ഇരുപത് ഒട്ടകങ്ങളും എനിക്ക് തന്നുകൊണ്ട് പറഞ്ഞു: "പണം നമുക്കായി മാത്രം സൂക്ഷിച്ചാൽ നിലനിൽക്കില്ല. ദരിദ്രരാണ് നമ്മുടെ

വാതില്‍. നാം അവര്‍ക്ക് നന്മ ചെയ്യുകയും അവരെ സഹാ
യിക്കുകയും വേണം.''

അദ്ദേഹത്തിന്റെ വാക്കുകള്‍ ഞാന്‍ ചിരിച്ചുതള്ളി.
അയാള്‍ ഗുഹയിലെ സ്വര്‍ണപ്പെട്ടിയില്‍ നിന്നെടുത്ത മര
പ്പെട്ടിയെക്കുറിച്ച് അപ്പോഴാണ് ഞാന്‍ ഓര്‍ത്തത്. ഒരുപ
ക്ഷേ, ഈ ഒട്ടകപ്പുറത്തുള്ളതിനേക്കാളേറെ വിലപിടിപ്പുള്ള
സാധനമായിരിക്കും അതില്‍.

''നിങ്ങള്‍ ആ കൊച്ചുപെട്ടി എന്തു ചെയ്യാന്‍
പോകുന്നു? അത് നിങ്ങള്‍ക്ക് വേണമോ?''

അയാള്‍ അത് എനിക്ക് തന്നുകൊണ്ട് പറഞ്ഞു: ''ഇതു
കൂടി കിട്ടിയാല്‍ നിങ്ങള്‍ക്ക് സന്തോഷമാകുമെങ്കില്‍ ഇതും
നിങ്ങള്‍ തന്നെ എടുത്തോളൂ, സുഹൃത്തേ.''

അതിനകത്ത് ഒരു ചെറിയകുപ്പി എണ്ണ മാത്രമേ ഉണ്ടാ
യിരുന്നുള്ളൂ. ''എന്താണ് ഈ എണ്ണയുടെ ഉപയോഗം?
ഞാന്‍ ചോദിച്ചു.

''ഇത് മാന്ത്രിക എണ്ണയാണ്.'' അയാള്‍ മറുപടി
പറഞ്ഞു:

''ഇതില്‍ ഈ ലോകത്ത് മറഞ്ഞുകിടക്കുന്ന സ്വര്‍
ണവും ആഭരണങ്ങളും നിങ്ങള്‍ക്ക് കാണാം. പക്ഷേ,
നിങ്ങളുടെ വലത്തേക്കണ്ണില്‍ ഇത് തൊടീക്കരുത്. അതില്‍
ഈ എണ്ണ ഒഴിച്ചാല്‍ നിങ്ങളുടെ കാഴ്ച നഷ്ടപ്പെടും.
നിങ്ങള്‍ എന്നന്നേക്കും അന്ധനായിത്തീരും.''

''ഞാനതൊന്ന് ഉപയോഗിച്ചു നോക്കട്ടെ.'' ഞാന്‍
ആര്‍ത്തുവിളിച്ചു.

''ഇത് എങ്ങനെയാണ് ഉപയോഗിക്കേണ്ടതെന്ന് എന്നെ
ക്കാള്‍ നിങ്ങള്‍ക്കറിയാമല്ലോ. ഈ എണ്ണ എന്റെ കണ്ണില്‍
ഒഴിച്ചുതരൂ.''

പെട്ടിയെടുത്തുകൊണ്ട് സന്യാസി പറഞ്ഞു: ''ഇടത്
കണ്ണ് അടയ്ക്കൂ!'' അയാള്‍ വിരല്‍ത്തുമ്പില്‍ എണ്ണയാക്കി
എന്റെ കണ്ണില്‍ തേച്ചു.

ഞാൻ കണ്ണുതുറന്നു. ഭൂമിയിൽ മറഞ്ഞുകിടക്കുന്ന വെള്ളിയും സ്വർണവും ആഭരണങ്ങളും നോക്കുന്നിട ത്തെല്ലാം ഞാൻ കണ്ടു. അതാ, അവിടെ ഒരു മരച്ചുവ ട്ടിൽ, ഇതാ ഇവിടെ നദിക്കരയിൽ, ഇതാ ഞാൻ നിൽക്കുന്ന പാതയ്ക്കടിയിൽ, എല്ലായിടത്തും.

കാഴ്ച കണ്ട് ഞാൻ അത്ഭുതസ്തബ്ധനായി. "എനിക്ക് ഒറ്റക്കണ്ണുകൊണ്ട് വേണ്ടതുപോലെ കാണാൻ കഴിയുന്നില്ല. മറ്റേ കണ്ണിൽ കൂടി കുറച്ച് എണ്ണ തേച്ചു തരൂ." ഞാനാവശ്യപ്പെട്ടു.

"നിങ്ങൾക്ക് വേണമെങ്കിൽ ഞാൻ തേച്ചുതരാം. പക്ഷേ, എണ്ണ തേച്ചാൽ നിങ്ങൾ അന്ധനാകും."

അയാൾ എന്നിൽ നിന്ന് മറ്റേതോ മാന്ത്രികശക്തി മറ ച്ചുവയ്ക്കുന്നതായിട്ടാണ് ഞാൻ കരുതിയത്.

"ഒരു കണ്ണിൽ എണ്ണ തേച്ചാൽ എല്ലാം കാണുകയും മറ്റേ കണ്ണിൽ എണ്ണ തേച്ചാൽ അന്ധനാവുകയും ചെയ്യു കയോ? ഞാൻ നിങ്ങളെ വിശ്വസിക്കുന്നില്ല."

"പക്ഷേ, ഇത് സത്യമാണ്" സന്യാസി പറഞ്ഞു.

"സഹോദരാ, നിങ്ങൾ എനിക്ക് ഒരുപാട് ഉപകാരം ചെയ്തുതന്നു. ഈ നിസ്സാരകാര്യത്തെക്കുറിച്ച് നമ്മൾ തമ്മിൽ വഴക്കടിക്കണ്ട. ഞാൻ പറയുന്നതുപോലെ ചെയ്തുതരൂ."

അയാൾ എന്റെ വലതുകണ്ണിലും എണ്ണ തേച്ചുതന്നു. ഇരുട്ടിന്റെ കാർമേഘങ്ങൾ എന്റെ കണ്ണിൽ പടർന്നുകയ റി. ഞാൻ അന്ധനായി – നിങ്ങൾ ഇതാ ഈ കാണുന്ന തുപോലുള്ള അന്ധൻ!

"സന്യാസീ" ഞാൻ ഉറക്കെ കരഞ്ഞു....

"നോക്കൂ, സ്വർണത്തോടുള്ള അതിമോഹം എന്നെ എന്താക്കിത്തീർത്തു! എന്റെ കാഴ്ച തിരിച്ചുനൽകാനുള്ള എന്തെങ്കിലും വഴി നിങ്ങൾക്കറിയാമോ?"

സന്ന്യാസി പറഞ്ഞു: "അത്യാഗ്രഹിയായ മനുഷ്യാ, ഇത് നിങ്ങൾക്കുള്ള ശിക്ഷയാണ്. നിങ്ങളുടെ ഹൃദയ ത്തിന്റെ അന്ധതയാണ് നിങ്ങളെ ഇരുട്ടിലാഴ്ത്തിയത്. നിങ്ങളുടെ കാഴ്ചശക്തി തിരിച്ചുനൽകാനുള്ള ഒരു ഉപാ യവും എനിക്കറിയില്ല. ഈ സ്വത്തുക്കൾ നിങ്ങളേക്കാൾ ഇത് അർഹിക്കുന്നവർക്ക് ഞാൻ നൽകും. അവർ എന്നോട് കൂടുതൽ നന്ദിയുള്ളവരായിരിക്കുകയും ചെയ്യും."

അദ്ദേഹം എൺപത് ഒട്ടകങ്ങളെയുംകൊണ്ട് ബാൽ സോറിലേക്ക് പോവുകയും ഞാൻ അവിടത്തന്നെ നിൽക്കു കയും ചെയ്തു.

പിറ്റേദിവസം അതുവഴി വന്ന ചില യാത്രക്കാർ എന്നെ ബാഗ്ദാദിലെത്തിച്ചു. യാത്രക്കാർ തരുന്ന പിച്ചക്കാശു കൊണ്ട് ഞാൻ ജീവിക്കാൻ തുടങ്ങി. പക്ഷേ, ഞാൻ ചെയ്ത തെറ്റിന് ശിക്ഷ കിട്ടാൻ വേണ്ടിയാണ് ഭിക്ഷ തരു ന്നവരോട് എന്നെ അടിക്കാൻ ആവശ്യപ്പെടുന്നത്. ഓരോ രുത്തരോടും ഞാൻ എന്നെ ശിക്ഷിക്കുവാൻ ആവശ്യപ്പെ ടുന്നു. ഇതാണ് എന്റെ കഥ.

"ബാബാ അബ്ദുല്ല, നിങ്ങൾ തീർച്ചയായും തെറ്റു കാരനാണ്. പക്ഷേ, നിങ്ങൾ തീരുമാനിച്ച ശിക്ഷയും കട നതുതന്നെ. ഞാൻ നിങ്ങൾക്ക് താമസിക്കാൻ ഒരു സ്ഥല വും, അന്നന്നത്തെ ആവശ്യത്തിനുള്ള പണവും തരാൻ ഏർപ്പാടാക്കാം."

ബാബാ അബ്ദുല്ല ഖലീഫയുടെ കാൽക്കൽ വീണു കൊണ്ട് പറഞ്ഞു: "അവസാനംവരെ അങ്ങയുടെ ജീവി തത്തിൽ സന്തോഷം നിറയട്ടെ; ജനങ്ങൾ എന്നെന്നും അങ്ങയുടെ ഗുണത്തെ വാഴ്ത്തുകയും ചെയ്യട്ടെ."

*   *   *   *   *   *   *

"ഖലീഫാ ഹാറൂൺ അൽ റഷീദിനെക്കുറിച്ച് എനിക്ക് മറ്റൊരു കഥ കൂടി അറിയാം." ഷെഹർസാദ പറഞ്ഞു:

"ഈ രാജ്യം ഭരിച്ചതിൽവച്ച് ഏറ്റവും ബുദ്ധിമാനായിരുന്നു അദ്ദേഹം. പക്ഷേ, എത്ര ബുദ്ധിമാനായാലും, ചിലപ്പോൾ കുഞ്ഞുങ്ങളിൽ നിന്നുപോലും ചിലതു പഠിക്കേണ്ടി വന്നേക്കും.

സൂര്യനുദിച്ചു. അതുകൊണ്ട് എനിക്കിനി കഥ പറയാൻ സമയമില്ല. പക്ഷേ, അങ്ങയുടെ പണ്ഡിതന്മാരിൽ ചിലർ ക്കെങ്കിലും ഹാറൂൺ അൽ റഷീദിന്റെയും അലികോഗിയ യുടെയും കഥ അറിയാമായിരിക്കും."

"ഒരുപക്ഷേ, എന്റെ പണ്ഡിതന്മാരൊന്നും ഈ കഥ അറിഞ്ഞെന്നു വരില്ല. എനിക്കത് കേൾക്കാൻ അതിയായ ആഗ്രഹമുണ്ട്. അതുകൊണ്ട് ഞാൻ നിന്നെ ഒരു ദിവസം കൂടി ജീവിക്കാൻ അനുവദിക്കാം. നാളെ വെളുക്കുന്നതിനു മുമ്പ് നീ ആ കഥ പറഞ്ഞുതീർക്കണം."

6

ബാലനായ ന്യായാധിപൻ

ഹാറൂൺ അൽ റഷീദിന്റെ ഭരണകാലത്ത് ബാഗ്ദാ ദിൽ അലികോഗിയ എന്നൊരാളുണ്ടായിരുന്നു. അയാൾക്ക് ഭാര്യയും മക്കളുമില്ല. മധുരപലഹാരങ്ങളും കളിക്കോപ്പു കളും വിൽക്കുന്ന ഒരു കൊച്ചുകട അയാൾക്ക് ഉണ്ടായി രുന്നു. കുട്ടികളെ അയാൾക്ക് വലിയ ഇഷ്ടമായിരുന്നു. ധനികനല്ല; ദരിദ്രനുമല്ല. ആവശ്യത്തിന് മാത്രം പണമു ള്ളതുകൊണ്ട് അയാൾ സന്തോഷമായി കഴിഞ്ഞുകൂടി. രോഗമോ വാർധക്യമോ വരുമ്പോൾ ചെലവാക്കാനായി അയാൾ ആയിരം സ്വർണനാണയം പ്രത്യേകം കരുതിവ ച്ചിരുന്നു.

ഒരിക്കൽ അയാൾ ഉറങ്ങുമ്പോൾ ഒരശരീരി കേട്ടു: "നീ യോഗ്യനായ മുസ്ലീമാണ്. എന്തുകൊണ്ട് നീ ഇതു വരെ വിശുദ്ധനഗരമായ മക്കയിലേക്ക് പോയില്ല? നല്ലവ രായ എല്ലാ മുസ്ലീങ്ങളും പണമുണ്ടെങ്കിൽ ജീവിതത്തി ലൊരിക്കൽ മക്കയിൽ പോകണം."

ഉണർന്നപ്പോൾ അയാൾ പറഞ്ഞു: "ശരിയാണ്, മക്ക യിലേക്ക് പോയേ മതിയാകൂ. പക്ഷേ, ഈ വീടിനെയും,

ഇവിടത്തെ കൂട്ടുകാരേയും പിരിഞ്ഞ് പോകാനും തോന്നു ന്നില്ല. അതുകൊണ്ട് ധാരാളം നല്ല കാര്യങ്ങൾ ചെയ്യുക യും, സാധുക്കളെ സഹായിക്കുകയും ചെയ്യാം. അങ്ങനെ യാണെങ്കിൽ, 'എന്താണ് മക്കയിലേക്ക് പോകാ ത്തതെ'ന്നും ചോദിച്ച് അശരീരി മേലാൽ എന്നെ ശല്യ പ്പെടുത്തുകയില്ല."

പക്ഷേ, അശരീരി വീണ്ടും ആവർത്തിച്ചു. അവസാനം അയാൾ പറഞ്ഞു: "അരുളിച്ചെയ്തതുപോലെത്തന്നെയാ കാം. മക്കയിലേക്ക് പൊയ്ക്കളയാം".

അയാൾ ഒരു സുഹൃത്തിനെ വിളിച്ച് വീട്ടിൽ താമസി പ്പിക്കുകയും വീടുനോക്കാൻ ഏൽപ്പിക്കുകയും ചെയ്തു. അയാൾ കടയും മറ്റു സാധനങ്ങളും വിറ്റുകിട്ടിയ പണംകൊണ്ട് ഒരു ഒട്ടകവും വിൽക്കാൻ പറ്റിയ സാധന ങ്ങളും വാങ്ങിച്ചു.

"പക്ഷേ, ഞാനെന്റെ ആയിരം സ്വർണനാണയം എന്തു ചെയ്യും?" അയാൾ വിചാരിച്ചു: "അവ കൂടെ കൊണ്ടുപോകാൻ പറ്റില്ല. ഞാൻ വരുന്നതുവരെ അതെ വിടെ ഭദ്രമായി സൂക്ഷിക്കും?" അപ്പോളയാൾക്ക് ഒരു ചിന്ത ഉദിച്ചു. അയാൾ സ്വയം പറഞ്ഞു. "ഒലീവു പഴം സൂക്ഷി ക്കാൻ ഉപയോഗിക്കുന്ന ഒരു പാത്രം വാങ്ങാം. അതിന്റെ അടിയിൽ നാണയം സൂക്ഷിക്കാം. മേലെ ഒലീവും നിറ യ്ക്കാം. പാത്രം നന്നായി അടച്ച് തൊട്ടടുത്ത കടക്കാരനും സുഹൃത്തുമായ ഹുസൈനെ സൂക്ഷിക്കുവാൻ എൽപ്പി ക്കാം."

അയാൾ ഹുസൈനോട് പറഞ്ഞു:   "ഞാൻ മക്കയി ലേക്ക് യാത്ര പുറപ്പെടുകയാണ് സഹോദരാ, ഒലീവ് നിറച്ച ഈ പാത്രം ഞാൻ തിരിച്ചുവരുന്നതുവരെ നിങ്ങൾ എനി ക്കുവേണ്ടി സൂക്ഷിക്കുമോ?

"തീർച്ചയായും സന്തോഷത്തോടെ ചെയ്യാം. ഇതാ കട

യുടെ താക്കോൽ. എവിടെയാണെന്ന് വച്ചാൽ നിങ്ങൾ തന്നെ പാത്രം സൂക്ഷിച്ചോളൂ. തിരിച്ചുവരുമ്പോൾ നിങ്ങൾ വച്ച അതേ സ്ഥലത്തുതന്നെ പാത്രമുണ്ടാകും."

കുറച്ചുദിവസം കഴിഞ്ഞപ്പോൾ വിൽക്കാനുള്ള സാധ നങ്ങളും ഒട്ടകപ്പുറത്തു കയറ്റി അലികോഗിയ യാത്ര പുറ പ്പെട്ടു. മക്കയിലെ പള്ളിയിലെത്തി പ്രാർഥിച്ചശേഷം അയാൾ കൊണ്ടുവന്ന സാധനങ്ങൾ വിൽക്കാനിറങ്ങി.

രണ്ടുപേർ വന്ന് സാധനങ്ങൾ പരിശോധിച്ചു. ഒരാൾ മറ്റവനോട് പറഞ്ഞു: "ഇയാൾ ഈ സാധനങ്ങൾ കയ്റോ

യിലേക്ക് കൊണ്ടുപോകുന്നതാവും നന്ന്; അവിടെച്ചെ
ന്നാൽ ഇതിന് കൂടുതൽ വില കിട്ടും."

ഇതുകേട്ട അലി സാധനങ്ങളുമായി കയ്റോയിലേക്ക്
പുറപ്പെട്ടു. അയാൾ കയ്റോയിൽ അവയെല്ലാം നല്ല
വിലയ്ക്ക് വിറ്റഴിച്ചു. അവിടെമാത്രം കിട്ടുന്ന പല സാധന
ങ്ങളും വാങ്ങിക്കൂട്ടി. "ഈ സാധനങ്ങൾ എനിക്ക് ഡമാ
സ്കസിൽ വിൽക്കാം." അയാൾ വിചാരിച്ചു.

ഡമാസ്കസിൽ അയാൾ അലെപ്പോയിലേക്ക് പോയി.
അവിടെനിന്ന് നദി കടന്ന് മൊസൂളിൽ എത്തി. അവിടെ
അയാൾ കുറേ പേർഷ്യക്കാരെ കണ്ടുമുട്ടി. അവരോടൊ
പ്പം, പേർഷ്യയിലേക്കും അവിടെനിന്ന് ഇന്ത്യയിലേക്കും
യാത്രപോയി.

അലി ബാഗ്ദാദ് വിട്ടിട്ട് വർഷങ്ങൾ ഏഴ് കഴിഞ്ഞു.
ഈ കാലത്തിനിടയിൽ ഹുസൈൻ ഒരിക്കലും അലിയെ
പ്പറ്റിയോ അയാളുടെ ഒലീവ് പാത്രത്തെപ്പറ്റിയോ ആലോ
ചിച്ചില്ല. ഹുസൈന്റെ കടയിൽ അലി വച്ച സ്ഥലത്തുതന്നെ
ആ പാത്രമിരുന്നു.

അലി മടങ്ങി എത്തുന്നതിന് ഒരു മാസം മുമ്പ്
ഹുസൈന്റെ ഭാര്യ പറഞ്ഞു: " ഞാൻ ഒലിവ്പഴം തിന്നിട്ട്
ഒരുപാടു കാലമായി. എനിക്ക് കുറച്ചു ഒലീവുപഴം കിട്ടി
യാൽ കൊള്ളാം."

"ഏഴു വർഷം മുമ്പ് അലി മക്കയിലേക്ക് പുറപ്പെടു
മ്പോൾ ഒരു പാത്രം ഒലീവ് എന്റെ കടയിൽ വെച്ചിരുന്നു.
ഇക്കാലത്തിനിടയിൽ അയാൾ മരിച്ചിട്ടുണ്ടാകുമെന്ന് എനി
ക്കുറപ്പാണ്. അതുകൊണ്ട് നമുക്ക് ആ പഴമെടുത്തു
തിന്നാം. ഞാൻ പോയി പാത്രം എടുത്തുകൊണ്ടുവരാം."

"വേണ്ട, വേണ്ട" ഹുസൈന്റെ ഭാര്യ പറഞ്ഞു.

"അതു തെറ്റാണ്. അയാൾ മടങ്ങിവരുമ്പോൾ നിങ്ങൾ
പാത്രം തുറന്നുനോക്കിയെന്ന് മനസ്സിലാക്കും. ഇത്രയും

കൊല്ലം കഴിഞ്ഞതിനാൽ ഒരുപക്ഷേ, അത് കേടുവന്നിട്ടു ണ്ടാകും. അലികോഗിയ തിരിച്ചുവരുമെന്ന് തന്നെയാണ് എന്റെ വിശ്വാസം. നിങ്ങൾ പാത്രം തുറന്നെന്ന് കണ്ടാൽ അയാൾ എന്തു കരുതും? അങ്ങനെ ഒരിക്കലും ചെയ്യ രുത്."

പക്ഷേ, ഹുസൈൻ കടയിലേക്ക് ചെന്നു. അയാൾ ഒലീവ് പാത്രം തുറന്നു. മുകളിലുള്ള ഒലീവ് ചീത്തയായി രുന്നു. അവ നാറുന്നുമുണ്ടായിരുന്നു. അടിയിലുള്ളതും ചീത്തയായയോ എന്ന് നോക്കാൻ മുകളിലുള്ളത് പുറത്തേ ക്കെടുത്തു. അവയും ചീത്തയായിരുന്നു. അപ്പോഴാണ് അയാൾ അടിയിൽ സൂക്ഷിച്ചിരുന്ന സ്വർണനാണയം കണ്ടത്. അടിഭാഗം നിറയെ സ്വർണനാണയമാണെന്ന് അയാൾക്ക് മനസ്സിലായി.

അയാൾ ഭാര്യയുടെ അടുത്ത് മടങ്ങിച്ചെന്നിട്ട് പറഞ്ഞു: "പ്രിയപ്പെട്ടവളേ, നീ പറഞ്ഞതുപോലെ ഒലീവ് ചീത്ത യായിരുന്നു."

അയാൾ സ്വയം ആലോചിച്ചു: "പക്ഷേ, അലി മടങ്ങി വരികയാണെങ്കിൽ എന്തുചെയ്യും?"

പിന്നീടയാൾക്ക് ഒരു പദ്ധതി തോന്നി.

അയാൾ കുറച്ചു നല്ല ഒലീവ് വാങ്ങിച്ചു. സ്വർണനാ ണയങ്ങൾ അയാൾ മാറ്റിവച്ചു. പാത്രത്തിൽ ഒലീവ് നിറച്ച്, പാത്രം അതേ സ്ഥലത്തുതന്നെ വെച്ചു.

ഒരു മാസം കഴിഞ്ഞപ്പോൾ അലികോഗിയ ബാഗ്ദാ ദിൽ തിരിച്ചെത്തി. അയാൾ ഹുസൈനെ കാണാൻ ചെന്നു.

ഹുസൈൻ ഉറക്കെ വിളിച്ചുപറഞ്ഞു: "അവസാനം നിങ്ങൾ തിരിച്ചെത്തി അല്ലേ? നിങ്ങളെ കാണാൻ കഴി ഞ്ഞതിൽ എനിക്ക് അതിയായ സന്തോഷമുണ്ട്."

കുറച്ചുനേരം സംസാരിച്ചതിനുശേഷം അലി പറഞ്ഞു:

"ഞാൻ നിങ്ങളെ ഏൽപ്പിച്ച ഒലീവ്പാത്രം ദയവായി മട ക്കിത്തരണം."

ഹുസൈൻ പറഞ്ഞു. "ഓഹോ, തീർച്ചയായും, ഞാന തേപ്പറ്റി ഇപ്പോഴാണ് ഓർത്തതുതന്നെ. കടയ്ക്കകെത്ത് എവി ടെയോ നിങ്ങളത് വെച്ചിരുന്നല്ലോ. നിങ്ങൾ ഏഴുവർഷം മുമ്പ് വെച്ചിരുന്ന അതേ സ്ഥലത്തുതന്നെ അതുണ്ടാകും."

അലി ഒലീവ് പാത്രവുമായി വീട്ടിലേക്ക് പോയി. ഒലീവ് പുറത്തെടുത്തു നോക്കി. പക്ഷേ, സ്വർണനാണയം അതി ലില്ലായിരുന്നു!

അയാൾ ഹുസൈന്റെ വീട്ടിലേക്ക് തിരിച്ചോടി. കര ഞ്ഞുകൊണ്ട് പറഞ്ഞു: "ചങ്ങാതീ, ഞാൻ ആയിരം സ്വർണനാണയം പാത്രത്തിനടിയിൽ സൂക്ഷിച്ചിരുന്നു. അതിപ്പോൾ കാണാനില്ല. ഒരുപക്ഷേ, നിങ്ങൾ പണത്തിന് ബുദ്ധിമുട്ട് വന്നപ്പോൾ ഞാൻ മടങ്ങിവരുമ്പോൾ തിരിച്ചു നൽകാം എന്നു കരുതി എടുത്ത് ചെലവാക്കിയിട്ടു ണ്ടാകാം. 'പണം ഞാനെടുത്തതാണ്, നിങ്ങൾ ആവശ്യ പ്പെടുമ്പോൾ തിരിച്ചുതരാം.' എന്ന് ഒരു കടലാസിൽ എഴുതി എനിക്ക് തരൂ."

ഹുസൈൻ പറഞ്ഞു: "നിങ്ങളുടെ ഒലീവ്പാത്രം ഞാൻ തൊട്ടിട്ടുപോലുമില്ല. ഞാൻ കടയുടെ താക്കോൽ നിങ്ങളെ ഏൽപ്പിച്ചു. നിങ്ങളാണല്ലോ പാത്രം ഇവിടെ എവിടെയോ സൂക്ഷിച്ചത്. അത് നിറയെ ഒലീവ് ആണെന്നാണല്ലോ നിങ്ങൾ എന്നോട് പറഞ്ഞത്. സ്വർണനാണയത്തെക്കു റിച്ച് നിങ്ങൾ ഒരു വാക്കുപോലും മിണ്ടിയിട്ടില്ലല്ലോ."

"അതിൽ സ്വർണനാണയങ്ങൾ ഉണ്ടായിരുന്നു. അതെ നിക്ക് തിരിച്ചുതരൂ."

"നിങ്ങൾ ഒരു പാത്രം ഒലീവാണ് എന്റെ കടയിൽ സൂക്ഷിച്ചത്. ഞാനാ ഒലീവ് കണ്ടതുപോലുമില്ല. ഇപ്പോൾ ഏഴുവർഷം കഴിഞ്ഞ് നിങ്ങൾ വന്നുപറയുന്നു. 'അതിൽ

ഒലീവല്ല, സ്വര്‍ണനാണയങ്ങളായിരുന്നു.' എന്ന്. അതില്‍ സ്വര്‍ണനാണയങ്ങളല്ല സ്വര്‍ണാഭരണങ്ങളാണെന്നും ഞാനതിന്റെ വില തരണമെന്നും നിങ്ങള്‍ പറയാത്ത തെന്ത്? പാത്രത്തില്‍ സ്വര്‍ണനാണയമോ, മറ്റെന്തെങ്കി ലുമോ ഉണ്ടായിരുന്നെന്ന് ഞാനൊരിക്കലും വിശ്വസിക്കു ന്നില്ല."

അലി പറഞ്ഞു: "നമുക്ക് ന്യായാധിപനെ സമീപിക്കാം; അദ്ദേഹത്തിന് നിയമമറിയാമല്ലോ; അദ്ദേഹം തെറ്റില്‍ നിന്ന് ശരിയും, അസത്യത്തില്‍നിന്ന് സത്യവും കണ്ടുപിടിക്കു കയും എന്റെ ധനം എനിക്ക് തിരിച്ചുതരാന്‍ നിങ്ങളോട് കല്‍പ്പിക്കുകയും ചെയ്യും."

ഹുസൈന്‍ സമ്മതിച്ചു: "അങ്ങനെതന്നെയാകട്ടെ, നമ്മ ളില്‍ ആരു പറഞ്ഞതാണ് ശരിയെന്ന് നമുക്കുടനെ മന സ്സിലാകും."

അവര്‍ ന്യായാധിപനെ സമീപിച്ചു. അദ്ദേഹം അലി യോട് ചോദിച്ചു: "നിങ്ങള്‍ പാത്രത്തില്‍ സ്വര്‍ണനാണയം സൂക്ഷിക്കുന്നത് ആരെങ്കിലും കണ്ടിട്ടുണ്ടോ?"

അലി പറഞ്ഞു: "ഇല്ല, ഞാനൊറ്റയ്ക്കായിരുന്നു. ആരും അത് കണ്ടിട്ടില്ല."

"നിങ്ങള്‍ എന്താണ് ചെയ്തതെന്ന് നിങ്ങളുടെ ഭാര്യ യോട് പറഞ്ഞിരുന്നോ?" ന്യായാധിപന്‍ ആരാഞ്ഞു.

"എനിക്ക് ഭാര്യയില്ല"

"നിങ്ങള്‍ ഇക്കാര്യം ആരോടെങ്കിലും പറഞ്ഞിരു ന്നോ?"

"ഇല്ല." - അലി പറഞ്ഞു.

ജഡ്ജി ഹുസൈനോട് ചോദിച്ചു, "നിങ്ങള്‍ക്ക് ഈ സ്വര്‍ണത്തെപ്പറ്റി അറിയാമായിരുന്നോ?"

ഹുസൈന്‍ പറഞ്ഞു: "ഇല്ല, ഈ പാത്രം നിറയെ ഒലീ

വാണെന്നാണ് ഇയാൾ എന്നോട് പറഞ്ഞത്. ഞാനത് വിശ്വസിക്കുകയും ചെയ്തു.”

“നിങ്ങൾ ആ പാത്രം തുറന്നുനോക്കിയോ”

“ഇല്ല. അയാൾ തന്നെയാണ് കടയിലെവിടെയോ ആ പാത്രം സൂക്ഷിച്ചത്. ഞാനത് തൊട്ടതുപോലുമില്ല. അയാൾ വെച്ച സ്ഥലത്തുതന്നെ അതുണ്ടായിരുന്നു.”

“അങ്ങനെയാണെങ്കിൽ...” ജഡ്ജി പറഞ്ഞു: “അതിൽ സ്വർണനാണയം സൂക്ഷിച്ചിരുന്നു എന്നതിന് യാതൊരു തെളിവുമില്ല”

അലിക്ക് വല്ലാത്ത കോപവും ദുഃഖവും തോന്നി.

“ഇതാണോ ന്യായം? ഇതാണോ നീതി? ഞാനെന്റെ കഥ ഹാറൂൺ അൽ റഷീദിനെ പറഞ്ഞുകേൾപ്പിക്കും. അദ്ദേഹം പ്രഭാതപ്രാർഥന കഴിഞ്ഞുവരുമ്പോൾ ഞാനെന്റെ സങ്കടം ഒരു കടലാസിലെഴുതി അദ്ദേഹത്തെ ഏൽപ്പിക്കും.”

അയാൾ പിറ്റേദിവസം രാവിലെ തന്നെ ഒരു കത്തെ ഴുതി ഹാറൂൺ-അൽ റഷീദിന്റെ പരിചാരകനെ ഏൽപ്പിച്ചു. അയാൾ അത് ഖലീഫയ്ക്ക് എത്തിച്ചുകൊടുത്തു.

“ഈ സംഭവത്തെപ്പറ്റി എന്താണ് പറയേണ്ടതെന്ന് എനിക്കറിയില്ല” ഖലീഫ പറഞ്ഞു.

“ഈ അലികോഗിയ ഒരു കള്ളനാണോ? അതോ തന്റെ സ്നേഹിതനെ അമിതമായി വിശ്വസിച്ച ഒരു വിഡ്ഢിയോ? അയാളുടെ കഥ സത്യമാണോ? അതോ ഹുസൈനിൽ നിന്നും ആയിരം സ്വർണനാണയം വസൂ ലാക്കാനുള്ള അടവോ?”

അലിയെയും ഹുസൈനെയും പിറ്റേദിവസം രാവിലെ, ഡർബാറിൽ ഹാജരാക്കാൻ ഖലീഫ മന്ത്രിയോട് കൽപ്പിച്ചു.

അന്ന് രാത്രി ഖലീഫ ഭിക്ഷക്കാരന്റെ വേഷത്തിൽ പട്ട

ണത്തിൽ നടക്കാനിറങ്ങി. കൂടെ മന്ത്രിയും ഉണ്ടായിരുന്നു.

ഒരു തെരുവിൽ ചെന്നപ്പോൾ അവർ എന്തോ ബഹളം കേട്ടു. ഒരു മുറിയുടെ വാതിൽ അൽപ്പം തുറന്നുവെച്ചിരുന്നു. അവർ വാതിലിനിടയിൽക്കൂടി നോക്കിയപ്പോൾ ഏതാനും കുട്ടികളിരുന്ന് കളിക്കുന്നത് കണ്ടു. അവരെത്തന്നെ നോക്കി അവിടെ നിന്നപ്പോൾ അവർ പറയുന്നത് കേൾക്കാമായിരുന്നു.

അവരിൽ ഒരു കുട്ടി പറഞ്ഞു: "അലി കോഗിയ നല്ല മനുഷ്യനാണ്. അദ്ദേഹം മധുരപലഹാരങ്ങളും കളിപ്പാട്ടങ്ങളും വിറ്റിരുന്നപ്പോൾ നമുക്ക് ചിലപ്പോൾ മിഠായി

വെറുതെ തരാറുണ്ടായിരുന്നു. ന്യായാധിപന് തെറ്റുപറ്റി യതാണ്." മറ്റൊരുവൻ പറഞ്ഞു: "പക്ഷേ, അലി ഏഴു വർഷം ദൂരെ എവിടേയോ ആയിരുന്നു. ഒരുപക്ഷേ, അയാൾക്ക് തെറ്റിയിരിക്കാം. അയാൾ അസത്യമായിരിക്കും പറയുന്നത്."

ഫാരസ് എന്നു പേരുളള കുട്ടി പറഞ്ഞു: "ഞാൻ ന്യായാധിപനാണെന്ന് വിചാരിക്ക്. കരീം നീ അലി; സയ്യിദ് നീ ഹുസൈനാണെന്ന് വിചാരിക്കൂ."

ഫാരസ് ഇരുന്നിട്ട് കൽപ്പിച്ചു; "അലിയെ കൊണ്ടുവ രൂ. അലീ, നീ സത്യംപറ. സത്യമല്ലാതെ നീയൊന്നും പറ യരുത്."

കരീം അലിയുടെ കഥ പറഞ്ഞു.

"ഹുസൈനെ കൊണ്ടുവരൂ. ഹുസൈൻ, ഇനി നീ സത്യം പറ. സത്യം മാത്രമേ പറയാവൂ. അലിയോട് എന്തു ത്തരമാണ് നിനക്ക് പറയാനുള്ളത്?"

സയ്യിദ് ഹുസൈന്റെ കഥ പറഞ്ഞു.

ന്യായാധിപനായി അഭിനയിക്കുന്ന ഫാരസ് ചോദിച്ചു:

"ആ ഒലീവ്പാത്രം നീ കൊണ്ടുവന്നിട്ടുണ്ടോ?"

"ഇല്ല കൊണ്ടുവന്നിട്ടില്ല." അലി

"എങ്കിൽ ഉടനെ ചെല്ല്, അതെന്നെ ഏൽപ്പിക്കണം." കരീം കുറച്ച് പിന്നോട്ടുപോയി പാത്രവുമായി തിരിച്ചുവ രുന്നതായി അഭിനയിച്ചു.

"ഇതാണോ ഹുസൈൻ, പാത്രം?"

"അതെ" സയ്യിദ്

"പാത്രം തുറക്കൂ." ന്യായാധിപതി കൽപ്പിച്ചു കരീം കൈകൊണ്ടു പാത്രം തുറക്കുന്നതായി അഭിന യിച്ചു.

ന്യായാധിപതി തലകുനിച്ച് പാത്രം പരിശോധിക്കുന്ന തായി നടിച്ചു.

"ഓ, എത്ര ഭംഗിയുള്ള ഒലീവുകൾ" പിന്നീട് ഒലീവെ ടുത്ത് വായിലിടുന്നതായി കാണിച്ചു.

"വളരെ നല്ലത്! വളരെ നല്ല ഒലീവ് ! പക്ഷേ, ഏഴു വർഷം പഴക്കമുള്ള ഒലീവിന് ഇത്ര രുചിയുണ്ടാകുമെന്ന് ഞാൻ വിശ്വസിക്കുന്നില്ല. രണ്ട് ഒലീവ് കച്ചവടക്കാരെ എന്റെ മുന്നിൽ ഹാജരാക്കൂ. ഏയ് ജാമിൽ, ഏയ് സമീർ, നിങ്ങൾ രണ്ടുപേരും ഒലീവ് കച്ചവടക്കാരാണ്. ഒലീവ് എത്ര കാലം കേടുവരാതെ സൂക്ഷിക്കാം?"

"മൂന്നുകൊല്ലത്തിലധികം ഒരിക്കലും സൂക്ഷിക്കാൻ കഴിയില്ല." ജാമിൽ പറഞ്ഞു.

"രണ്ടുവർഷം കഴിയുമ്പോൾത്തന്നെ അതിന്റെ നിറം മങ്ങും. ചീയാനും തുടങ്ങും." സമീർ

"ഈ പാത്രത്തിലെ ഒലീവ് ഒന്നു നോക്കൂ. അതിന് എത്ര വർഷത്തെ പഴക്കമുണ്ട്.?"

ഒലീവ് കച്ചവടക്കാരൻ പാത്രം പരിശോധിച്ചിട്ട് പറ ഞ്ഞു.

"ഇത് പുതിയ ഒലീവുകളാണ്. അവ ഈ വർഷം ഉണ്ടാ യതാണ്."

"ഹുസൈനെ ദൂരെ കൊണ്ടുപോകൂ. അലിക്ക് അവൻ പണം തിരിച്ചുകൊടുത്തേ മതിയാകൂ. ഹുസൈന് നല്ലൊ രടി കൊടുക്കൂ; അവൻ കള്ളനാണ്."

ഇതുകേട്ട് ഖലീഫ അത്ഭുതപ്പെട്ടു. അദ്ദേഹം മന്ത്രി യോട് പറഞ്ഞു: "ഈ കുട്ടികൾ വളരെ ബുദ്ധിമാന്മാരാ ണ്. അവർ യഥാർഥ ന്യായാധിപനേക്കാൾ വിവേകശാലി കളാണ്. നാളെ രാവിലെ ന്യായാധിപനെ എന്റെ മുന്നിൽ ഹാജരാക്കണം. അദ്ദേഹം ഈ കുട്ടികളിൽനിന്ന് നിയമം പഠിക്കട്ടെ. രണ്ട് ഒലീവ് കച്ചവടക്കാരെയും ഹാജരാക്കണം. ഒലീവ്പാത്രം കൂടെ കൊണ്ടുവരാൻ അലിയോട് പറയ ണം. ഹുസൈനേയും കൊണ്ടുവരണം."

പിറ്റേദിവസം രാവിലെ ഫാരസിനെ ഖലീഫയുടെ മുന്നിൽ ഹാജരാക്കി. അദ്ദേഹം പറഞ്ഞു: "നീ ഇന്നലെ രാത്രി പറഞ്ഞതെല്ലാം ഞാൻ കേട്ടു. ഇന്ന് നിനക്ക് ശരിയായ അലിയെയും ഹുസൈനെയും കാണാം. എന്റെയടുത്ത് ഇരുന്നോളൂ. അവരെ ഇപ്പോൾ നമ്മുടെ മുന്നിൽ ഹാജരാക്കും."

ഖലീഫ ന്യായാധിപനോടു പറഞ്ഞു: നിങ്ങൾ ഈ കുട്ടിയിൽ നിന്ന് നിയമം പഠിക്ക്. സത്യത്തെ എങ്ങനെ അസത്യത്തിൽ നിന്ന് വേർതിരിക്കാം. തെറ്റിൽ നിന്ന് എങ്ങനെ ശരി കണ്ടുപിടിക്കാം. സത്യസന്ധരിൽനിന്ന് എങ്ങനെ കള്ളനെ തിരിച്ചറിയാം എന്നൊക്കെ ഇവനിൽ നിന്ന് പഠിക്ക്. ഒരു ന്യായാധിപന്റെ ജോലി എന്താണെന്നുകൂടി ഈ കുട്ടി നിങ്ങളെ പഠിപ്പിക്കും."

ഫാരസ് യഥാർഥ കള്ളനെ കണ്ടുപിടിച്ചു. ഖലീഫ ഫാരസിന് ആയിരം സ്വർണനാണയം സമ്മാനിച്ചു. അദ്ദേഹം പറഞ്ഞു: "നീ വളർന്നു വലുതാകുമ്പോൾ ഇവിടെ വരണം. ഞാൻ നിന്നെ ന്യായാധിപനായി നിയമിക്കും. എന്റെ ജനങ്ങളുടെ ന്യായാധിപൻ"

"ഇത് രസകരമായ കഥ തന്നെ. ഞാനിതിൽ നിന്ന് ധാരാളം പഠിച്ചു. കുട്ടികൾ ചിലപ്പോൾ മുതിർന്നവരേക്കാൾ വിവേകശാലികളായിരിക്കും" സുൽത്താൻ പറഞ്ഞു.

ഷെഹർസാദ പറഞ്ഞു:

"മക്കളെ നഷ്ടപ്പെട്ട ഒരു രാജ്ഞിയുടെയും സ്വർണ നദിക്കരയിലെ പാട്ടുപാടുന്ന വൃക്ഷത്തിന്റെയും സംസാരിക്കുന്ന പക്ഷിയുടെയും കഥകളും എനിക്കറിയാം. അങ്ങയുടെ സദസിലെ പണ്ഡിതൻമാർക്ക് ഇക്കഥ അറിയുമെന്ന് തോന്നുന്നില്ല. പക്ഷേ, നേരം പുലർന്നതിനാൽ എനിക്ക് ഈ കഥ പറഞ്ഞുതരാൻ സാധിക്കില്ലല്ലോ. ഒരു

പക്ഷേ, ഈ കഥ എങ്ങനെയായിരിക്കുമെന്ന് അങ്ങേക്ക്
ഊഹിക്കാൻ കഴിഞ്ഞേക്കും"

സുൽത്താൻ കൽപ്പിച്ചു:

"ഒരു ദിവസംകൂടി നിന്റെ വിധി നീട്ടിയിരിക്കുന്നു; നാളെ
പുലർച്ചയ്ക്കുമുമ്പ് ഈ കഥ നീ എനിക്കു വിശദമായി
പറഞ്ഞുതരണം."

7

സംസാരിക്കുന്ന പക്ഷി, പാടുന്ന മരം, സുവർണ ജലം

പേർഷ്യയിൽ കോസ്റൂഷാ എന്നൊരു രാജാവുണ്ടാ യിരുന്നു. അദ്ദേഹം കുട്ടിയായിരുന്നപ്പോൾ ഹാറൂൺ അൽ റഷീദ് വേഷം മാറി തെരുവുകളിൽ സഞ്ചരിക്കുന്നതിനെ പ്പറ്റി കേട്ടറിഞ്ഞിരുന്നു. ആ കഥകൾ അദ്ദേഹത്തെ വല്ലാതെ ആകർഷിച്ചു. പിതാവ് മരിച്ച്, അധികാരം കിട്ടിയപ്പോൾ രാജാവ് പറഞ്ഞു: "എന്റെ ജനങ്ങൾക്ക് എന്നെപ്പറ്റിയുള്ള അഭിപ്രായം നേരിട്ട് അറിയാനായി ഞാൻ യാചകവേഷ ത്തിൽ മന്ത്രിയോടൊപ്പം നഗരം ചുറ്റാനിറങ്ങും."

ഒരിക്കൽ, ഒച്ചയും അനക്കവുമില്ലാത്ത ഒരു തെരു വിൽക്കൂടി നടക്കുമ്പോൾ ഒരു വീടിന്റെ തുറന്നുകിടക്കുന്ന ജനൽപ്പാളി അദ്ദേഹത്തിന്റെ കണ്ണിൽപ്പെട്ടു. അദ്ദേഹം ജന ലിൽക്കൂടി നോക്കിയപ്പോൾ മൂന്ന് സഹോദരിമാർ അക ത്തിരുന്ന് സംസാരിക്കുന്നത് കേട്ടു. അവർ വിവാഹം കഴി ക്കാൻ ആഗ്രഹിക്കുന്നവരെക്കുറിച്ചാണ് സംസാരിച്ചത്.

മൂത്തസഹോദരി പറഞ്ഞു: "എനിക്ക് നല്ല റൊട്ടി തിന്നാൻ ഇഷ്ടമാണ്. രാജാവിന് റൊട്ടി ഉണ്ടാക്കിക്കൊടു ക്കുന്ന റൊട്ടിക്കാരനെ വിവാഹം കഴിക്കാനാണ് എന്റെ ആഗ്രഹം.

രണ്ടാമത്തവൾ പറഞ്ഞു: "എനിക്ക് രുചികരമായ ഭക്ഷ ണസാധനങ്ങൾ എന്തിഷ്ടമാണെന്നോ? രാജാവിന്റെ പാച കക്കാരൻ എന്നെ വിവാഹം കഴിച്ചിരുന്നെങ്കിൽ എത്ര നന്നായിരുന്നു!"

മൂന്നാമത്തെ സഹോദരി അതിസുന്ദരിയായിരുന്നു. അത്ര സുന്ദരിയായ മറ്റൊരു യുവതിയെ രാജാവ് മുമ്പ്

കണ്ടിട്ടുണ്ടായിരുന്നില്ല. അവളുടെ ശബ്ദം മൃദുലവും കാതുകൾക്കിമ്പമുണ്ടാക്കുന്നതുമായിരുന്നു. അവൾ മൊഴി ഞ്ഞു:

"ഞാനൊരിക്കൽ രാജാവിനെ കണ്ടിരുന്നു. കണ്ടാൽ ഗംഭീരൻ, അതിസുന്ദരൻ, അദ്ദേഹം അതിബുദ്ധിമാനും നല്ലവനുമാണെന്ന് കണ്ടാലറിയാം. അദ്ദേഹം എന്നെ വിവാഹം കഴിച്ചിരുന്നെങ്കിൽ!"

രാജാവ് മന്ത്രിയോട് പറഞ്ഞു.

"നാളെ രാവിലെ ഈ മൂന്ന് യുവതികളെയും എന്റെ മുന്നിൽ ഹാജരാക്കണം."

പിറ്റേദിവസം മൂന്നുപേരേയും രാജാവിന്റെ ദർബാർഹാ ളിൽ ഹാജരാക്കി.

രാജാവ് പറഞ്ഞു: നിങ്ങൾ ഇന്നലെ രാത്രി സംസാ രിച്ച കാര്യം ഓർമയുണ്ടോ? നിങ്ങളുടെ അഭിലാഷം എന്തൊക്കെയാണെന്ന് പറഞ്ഞത് ഓർമയില്ലേ? നിങ്ങളുടെ ജനലിന് പിറകിൽ മറഞ്ഞുനിന്ന് ഞാനതെല്ലാം കേട്ടിരു ന്നു. നിങ്ങളുടെ ആഗ്രഹം സാധിപ്പിച്ചുതരുന്നതാണ്. നിന ക്കെന്റെ റൊട്ടിക്കാരനെ വിവാഹം കഴിക്കാം. നിനക്ക് പാച കക്കാരനേയും"

അദ്ദേഹം ഏറ്റവും ഇളയവളോടായി ചോദിച്ചു: "എന്താ, നിനക്കെന്നെ വിവാഹം കഴിച്ചുകൂടെ?"

റൊട്ടിക്കാരനെ ആഗ്രഹിച്ചവൾ റൊട്ടിക്കാരനെയും, പാചകക്കാരനെ ആഗ്രഹിച്ചവൾ പാചകക്കാരനെയും വിവാഹം കഴിച്ചു. ഫാത്തിമ എന്ന ഇളയവൾ രാജാവിന്റെ പട്ടമഹിഷിയായി, രാജ്യത്തെ റാണിയായി.

റൊട്ടിക്കാരനെയും, പാചകക്കാരനെയും വിവാഹം കഴിച്ച സഹോദരിമാർക്ക് അസൂയയും കോപവും ഉണ്ടാ യി. അവർ പറഞ്ഞു. "രാജാവ് എന്തിനാണ് ഇവളെ വിവാഹം ചെയ്തത്? നമ്മൾക്കെന്തൊ സൗന്ദര്യം കുറവാ ണോ? നമുക്ക് അവളെക്കാൾ പ്രായമുണ്ട്. ബുദ്ധിയും കൂടു തലാണ്."

ഫാത്തിമയെ രാജാവിൽനിന്നകറ്റണം. അവളുടെ രാജ്ഞിപദം ഇല്ലാതാക്കണം. അതിനുവേണ്ടി പല പരി പാടികളും അവർ ആസൂത്രണം ചെയ്തു.

വർഷം ഒന്ന് കടന്നുപോയി. രാജ്ഞിക്ക് കുഞ്ഞ് ജനി ക്കാൻ പോകുന്ന വിവരം അവരുടെ ചെവിയിലും എത്തി.... അവർ കൊട്ടാരത്തിൽച്ചെന്ന് അപേക്ഷിച്ചു: "ഞങ്ങളുടെ സഹോദരിയുടെ പ്രസവസമയത്ത് അവളുടെ അടുത്തു നിൽക്കാൻ ഞങ്ങളെ അനുവദിക്കണം. ഞങ്ങളടുത്തില്ലെ ങ്കിൽ അവളാകെ വിഷമിക്കും."

ഫാത്തിമയുടെ പ്രസവസമയത്ത് അവളുടെ അരികിൽ നിൽക്കാൻ അവർക്കു കഴിഞ്ഞു. അതിസുന്ദരനായ ഒരു ആൺകുഞ്ഞ്. അവർ ആ കുഞ്ഞിനെ ഒരു പെട്ടിയിലടച്ച് നദിയിൽ ഒഴുക്കിക്കളഞ്ഞു. ഒരു നായ്ക്കുട്ടിയെപ്പിടിച്ച് രാജാ വിനെ കാണിച്ചിട്ട് പറഞ്ഞു: "ഇതിനേയാണ് ഫാത്തിമ പ്രസവിച്ചത്" രാജാവിന് സങ്കടവും കോപവും ഉണ്ടായി.

കുട്ടിയെ അടച്ച പെട്ടി പുഴയിൽക്കൂടി ഒഴുകി രാജാ വിന്റെ പൂന്തോട്ടത്തിന് സമീപം എത്തി.

രാജാവിന്റെ തോട്ടക്കാരിൽ തലവനായ ജമീൽ നല്ല വനും പണ്ഡിതനുമായിരുന്നു. മറ്റുള്ളവർ അയാളെ ആദ രിച്ചിരുന്നു. നദിക്കരയിലുള്ള പുൽത്തകിടിയിൽ നിന്ന് തോട്ടക്കാരിലൊരാൾക്ക് മരപ്പെട്ടി കിട്ടി. അയാൾ അത് ജമീ ലിന്റെ മുന്നിൽ ഹാജരാക്കി. ജമീലിനും ഭാര്യക്കും മക്കളി ല്ല. "ഈ കുഞ്ഞിനെ നമുക്ക് മകനായി വളർത്താം." അവർ തീരുമാനിച്ചു.

അടുത്ത വർഷവും അതു തന്നെ ആവർത്തിച്ചു. ഫാത്തിമയുടെ രണ്ടാമത്തെ ആൺകുട്ടിയെയും സഹോ ദരിമാർ പെട്ടിയിലാക്കി നദിയിലൊഴുക്കി. പെട്ടി തോട്ട ത്തിലെ പുൽച്ചെടികൾക്കിടയിൽ തടഞ്ഞുനിന്നു. ജമീലിനു ഭാര്യക്കും രണ്ടാമതൊരു മകനെക്കൂടി കിട്ടി.

രാജ്ഞി മകനെ പ്രസവിക്കാത്തതിൽ രാജാവിന് അതിയായ കോപം വന്നു. രാജാവ് പറഞ്ഞു. "അടുത്ത

പ്രസവത്തിലും ഇതുതന്നെ സംഭവിക്കുകയാണെങ്കിൽ ഞാനിവളെ തീർച്ചയായും ഉപേക്ഷിക്കും."

മൂന്നാമത് പെൺകുഞ്ഞായിരുന്നു. രണ്ടുസഹോദരി മാരും കുഞ്ഞിനെ പെട്ടിയിലാക്കി നദിയിലൊഴുക്കി. പെട്ടി ജമീലിന് തന്നെ കിട്ടി. ജമീലിനും ഭാര്യക്കും ഒരു പെൺകു ട്ടിയെക്കൂടി ലഭിച്ചു.

രാജാവ് ഫാത്തിമയെ തെരുവിന് അഭിമുഖമായി തുറ ന്നിടാവുന്ന ജനലുള്ള ഒരു മുറിയിലിട്ടടച്ചു.

അദ്ദേഹം പറഞ്ഞു: "എനിക്ക് ഒരു കുഞ്ഞിനെത്ത രാൻ കഴിവില്ലാത്ത ഈ സ്ത്രീയെ വഴിയാത്രക്കാർ കാണ ട്ടെ."

"രണ്ട് ആൺകുട്ടികളും സുന്ദരന്മാരും ശക്തന്മാരും ആയി വളർന്നു. രണ്ടുപേരും രാജകുമാരന്മാരെപ്പോലെ മുഖശ്രീയുള്ളവരായിരുന്നു. അവർക്കു ഭാമൻ എന്നും പർവേസ് എന്നും പേരിട്ടു. പണ്ടത്തെ പേർഷ്യൻ രാജാ ക്കന്മാരുടെ പേരുകൾ. പെൺകുട്ടിയുടെ പേർ പാരിസാദ എന്നായിരുന്നു."

ജമീൽ സ്വന്തം നാട്ടിൽ ഭംഗിയുള്ള ഒരു വീടുണ്ടാക്കി. വീടിനുചുറ്റും മനോഹരമായ ഒരു പൂന്തോട്ടവും നിർമി ച്ചു. വീടിന്റെ പണികഴിഞ്ഞപ്പോൾ അയാൾ രാജാവിനെ ക്കണ്ട് അപേക്ഷിച്ചു. "എനിക്ക് വയസായി. ജോലിയിൽ നിന്ന് പിരിഞ്ഞ് ഭാര്യയും മക്കളുമൊത്ത് എന്റെ സ്വന്തം വീട്ടിൽ കഴിയാൻ ഞാൻ ആഗ്രഹിക്കുന്നു.

കുറച്ചുകാലം കഴിഞ്ഞപ്പോൾ ജമീലും ഭാര്യയും മരി ച്ചു. മക്കളെ എങ്ങനെ കിട്ടിയെന്ന വിവരം അവർ രണ്ടു പേരും മരിക്കുന്നതുവരെ ഭാമനോടും പർവേസിനോടും പാരിസാദിനോടും പറഞ്ഞിരുന്നില്ല. ജമീലും ഭാര്യയും സ്വന്തം മാതാപിതാക്കളാണെന്നായിരുന്നു മക്കളുടെ വിശ്വാ സം. അവർ മനോഹരമായ പൂന്തോട്ടത്തിന്റെ നടുവിൽ സ്ഥിതി ചെയ്യുന്ന ആ ഭംഗിയുള്ള വീട്ടിൽ സസുഖം ജീവിച്ചു.

ഒരു ദിവസം ഒരു വൃദ്ധ അവരുടെ വീട്ടിലെത്തി. അവർ ചോദിച്ചു: "പ്രാർഥനയ്ക്ക് സമയമായി. ഞാൻ നിങ്ങളുടെ വീട്ടിനുള്ളിൽ കയറി പ്രാർഥിച്ചോട്ടെ?" പാരിസാദ സമ്മ തിച്ചു. വൃദ്ധയുടെ പ്രാർഥന കഴിഞ്ഞപ്പോൾ അവൾ പറഞ്ഞു: "നിങ്ങൾ ഇന്ന് എന്റെ കൂടെ ഭക്ഷണം കഴിക്ക ണം. അതിനുശേഷം ഞാൻ നിങ്ങൾക്ക് വീടും പൂന്തോ ട്ടവുമൊക്കെ കൊണ്ടുനടന്ന് കാണിച്ചുതരാം."

വൃദ്ധ എല്ലാം നടന്ന് കണ്ടപ്പോൾ പാരിസാദ ചോദിച്ചു :"ലോകത്തിലേക്കും വെച്ച് ഏറ്റവും മനോഹരമായ പൂന്തോട്ടം ഇതല്ലേ? ഏറ്റവും ഭംഗിയുള്ള വീട് ഇതല്ലേ?"

വൃദ്ധ പറഞ്ഞു. "അതെ, ഇത് മനോഹരം തന്നെ; പക്ഷേ, നിങ്ങൾക്കിവിടെ മൂന്നെണ്ണം കുറവുണ്ട്."

പാരിസാദ ചോദിച്ചു. "എന്തൊക്കെയാണവ? പറയൂ. ഞാൻ തീർച്ചയായും അവ വാങ്ങിക്കും."

"അവയിലൊന്ന് സംസാരിക്കുന്ന പക്ഷിയാണ്. അത് മനുഷ്യരെപ്പോലെ നന്നായി സംസാരിക്കും. അതിന് അതി ബുദ്ധിയാണ്. രണ്ടാമത്തേത് പാട്ടുപാടുന്ന മരമാണ്. മൂന്നാ മത്തേത് സുവർണജലം. മുറ്റത്ത് ഒരു ജലധാരയ്ക്കുള്ള കുഴികുത്തി സ്വർണജലം നിറയ്ക്കണം. ആ ജലധാര ഒരി ക്കലും വറ്റില്ല. ഒരിക്കലും നിറഞ്ഞു തുളുമ്പുകയോ കവി ഞ്ഞൊഴുകുകയോ ചെയ്യില്ല."

"പക്ഷേ, അവ എവിടെനിന്ന് കിട്ടും?" പാരിസാദ ചോദിച്ചു.

ആ സ്ത്രീ പറഞ്ഞു: "നിന്റെ വീട്ടിനു മുമ്പിൽക്കൂടി പോകുന്ന ഈ വഴിയെ നീ ഇരുപതു ദിവസം സഞ്ചരിക്ക ണം. അതിനുശേഷം നീ ആദ്യം കണ്ടുമുട്ടുന്ന ആളോട് സംസാരിക്കുന്ന പക്ഷിയെക്കുറിച്ചും, പാട്ടുപാടുന്ന മരത്തെ ക്കുറിച്ചും, സുവർണജലത്തെക്കുറിച്ചും ചോദിക്കണം."

വൈകുന്നേരം വീട്ടിലെത്തിയ ഭാമന് സഹോദരിയുടെ പരവശമായ മുഖം കണ്ട് ചോദിച്ചു: "എന്താ പ്രശ്നം? നീ വല്ലാതെ ദുഃഖിതയായിരിക്കുന്നല്ലോ?"

വൃദ്ധ പറഞ്ഞ കാര്യങ്ങൾ സഹോദരി അയാളെ പറ ഞ്ഞുകേൾപ്പിച്ചു.

"ഞാൻ നിനക്ക് ഈ സാധനങ്ങൾ തീർച്ചയായും കൊണ്ടുതരാം. നാളെത്തന്നെ ഞാൻ പുറപ്പെടുകയാണ്"

പാരിസാദ കരഞ്ഞുകൊണ്ടുപറഞ്ഞു: "വേണ്ട, വേണ്ട, ഇത് അപകടം പിടിച്ച സംഗതിയാണ്. എനിക്കിതൊന്നും വേണ്ട."

"ഈ കണ്ണാടി സൂക്ഷിച്ചുവയ്ക്കണം" ഭാമൻ പറഞ്ഞു.

"ഞാൻ സുരക്ഷിതനാണെങ്കിൽ ഈ കണ്ണാടി നന്നായി തെളിഞ്ഞുകാണുകയും പ്രകാശിക്കുകയും

ചെയ്യും. ഇത് പുകപിടിച്ചതുപോലെ കാണുകയാണെങ്കിൽ ഞാൻ ആപത്തിൽപ്പെട്ടിരിക്കുന്നു എന്ന് കരുതിക്കോളൂ."

ഭാമൻ മുന്നിൽക്കണ്ട വഴിയിൽക്കൂടി ഇരുപത് ദിവസം നടന്നു. ഇരുപതാംദിവസം വഴിയരികിലിരിക്കുന്ന വൃദ്ധനെ കണ്ടപ്പോൾ പറഞ്ഞു: "ഞാൻ സംസാരിക്കുന്ന പക്ഷി യെയും, പാട്ടുപാടുന്ന മരത്തെയും സുവർണജലത്തെയും അന്വേഷിച്ച് വളരെ ദൂരെനിന്നും വന്നിരിക്കുകയാണ്. അതി നുവേണ്ടി ഞാനേതു വഴിയാണ് പോകേണ്ടതെന്ന് പറ ഞ്ഞുതരാൻ കഴിയുമോ?"

വൃദ്ധൻ പറഞ്ഞു: "കഴിയും, പക്ഷേ വളരെ അപകടം പിടിച്ചതാണ്. അതാ, അവിടെ കുന്നുകളൊന്നുമില്ലാതെ ഒരു ഉയർന്ന മല കാണുന്നില്ലേ? ആ മലയുടെ അടിവാര ത്തിൽ ചെല്ലണം. അവിടെ ധാരാളം കറുത്ത കല്ലുകൾ കാണാം. നിങ്ങളെ ചീത്തവിളിക്കുന്നത് കേൾക്കാം. നിങ്ങളെ മടങ്ങിപ്പോകാൻ പ്രേരിപ്പിക്കുന്ന അശരീരികളും നിങ്ങൾക്കവിടെ കേൾക്കാം. സംസാരിക്കുന്ന പക്ഷി യെയും, പാട്ടുപാടുന്ന മരത്തെയും, സുവർണജലത്തെയും അന്വേഷിച്ചുവന്ന നിങ്ങളെപ്പോലുള്ള മനുഷ്യരാണ് ആ കറുത്ത കല്ലുകൾ. അവർ മലകയറുമ്പോൾ പുറകോട്ട് തിരിഞ്ഞുനോക്കി. അതുകൊണ്ടാണ് അവർ കറുത്ത കല്ലു കളുമായി മാറിപ്പോയത്. നിങ്ങളൊരിക്കലും തിരിഞ്ഞുനോ ക്കരുത്. നോക്കിയാൽ നിങ്ങൾക്കും അതുതന്നെയായിരി ക്കും ഗതി. നേരെ മലമുകളിലെത്തണം. അവിടെ സംസാ രിക്കുന്ന പക്ഷിയെ കാണാം. പാട്ടുപാടുന്ന മരവും സുവർണജലവും എവിടെയാണുള്ളതെന്ന് ആ പക്ഷി പറ ഞ്ഞുതരും."

ഭാമൻ മലയടിവാരത്തിലെത്തി. താഴ്‌വാരം നിറയെ കണ്ട കറുത്ത കല്ലുകൾ ശ്രദ്ധിക്കാതെ അയാൾ മലകയ റുവാൻ തുടങ്ങി. അവ പിറകിൽനിന്ന് അയാളെ ചീത്തവിളിക്കുവാൻ തുടങ്ങി. അസഭ്യവാക്കുകൾ കേട്ടു കൊണ്ടേയിരുന്നു. പക്ഷേ, അയാൾ തിരിഞ്ഞുനോക്കാതെ

യാത്ര തുടർന്നു. സൂര്യന്റെ ചൂടിന് ശക്തിയേറി. വഴിയും ഏറെ വിഷമം പിടിച്ചതായിരുന്നു. കാലിനടിയിൽ കിടന്ന ഒരു കല്ലുതെന്നി അയാൾ അവിടെ ഇരുന്നുപോയി. എഴു ന്നേറ്റപ്പോൾ അറിയാതെ അയാൾ തിരിഞ്ഞുനോക്കിപ്പോ വുകയും ചെയ്തു.

ആ മലയടിവാരത്തിൽ മറ്റൊരു കറുത്ത കല്ലുകൂടി രൂപംകൊണ്ടു.

പുകപിടിച്ച് കറുത്ത കണ്ണാടി കണ്ട് പാരിസാദയുടെ മനംനൊന്തു. സഹോദരൻ അപകടത്തിൽപ്പെട്ടെന്ന് അവൾക്ക് മനസിലായി. പർവേസ് പറഞ്ഞു: "നമ്മുടെ സഹോദരൻ അപകടത്തിൽപ്പെട്ടിരിക്കുന്നു. ഞാൻ ചെന്ന് അയാളെ സഹായിച്ചേ മതിയാകൂ. ഞാനും ഇതുപോലെ അപകടത്തിൽപ്പെടുകയാണെങ്കിൽ ഈ കണ്ണാടി കൽക്ക രിപോലെ കറുക്കും. പക്ഷേ, എനിക്ക് സഹോദരനെ അപ കടത്തിൽനിന്ന് രക്ഷപ്പെടുത്തി ഇങ്ങോട്ട് കൊണ്ടുവരാൻ കഴിഞ്ഞാൽ കണ്ണാടി നന്നായി തെളിഞ്ഞ് പ്രകാശിക്കും."

"പർവേസ് യാത്ര തുടങ്ങി. ഇരുപതാംനാൾ വൃദ്ധനെ കണ്ടുമുട്ടി. അയാൾ വൃദ്ധനോട് ചോദിച്ചു: "എന്റെ സഹോ ദരൻ ഈ വഴിയെങ്ങാനും പോകുന്നത് കണ്ടോ? അദ്ദേഹം നിങ്ങളോട് സംസാരിക്കുന്ന പക്ഷിയെപ്പറ്റിയും, പാട്ടുപാ ടുന്ന വൃക്ഷത്തെപ്പറ്റിയും, സുവർണജലത്തെക്കുറിച്ചും അന്വേഷിച്ചോ?"

വൃദ്ധൻ പറഞ്ഞു: "ഉവ്വ്, നിങ്ങളെപ്പോലെതന്നെയുള്ള ഒരു ചെറുപ്പക്കാരൻ ഇതുവഴി കടന്നുപോയിരുന്നു. എങ്ങോ ട്ടാണ് പോകേണ്ടതെന്ന് ഞാൻ അയാൾക്ക് പറഞ്ഞുകൊ ടുക്കുകയും ചെയ്തിരുന്നു. കുന്നിൻമുകളിലേക്ക് പോകു മ്പോൾ ഒരിക്കലും തിരിഞ്ഞുനോക്കരുതെന്ന് ഞാനയാ ളോട് പ്രത്യേകം പറഞ്ഞിരുന്നു. പക്ഷേ, അയാളും ഇപ്പോൾ ഒരു കറുത്ത കല്ലായി മാറിയിട്ടുണ്ടാകും."

പർവേസ് മലയടിവാരത്തിലെത്തി. വിഷമിച്ച് മലകയ റാൻ തുടങ്ങി. പലതരം അപശബ്ദങ്ങൾ കേട്ടെങ്കിലും,

അയാൾ അതൊന്നും ശ്രദ്ധിക്കാതെ മുന്നോട്ടുനീങ്ങി. തന്റെ പിറകിൽനിന്ന് ആരോ 'തിരിച്ചുവരൂ, തിരിച്ചുവരൂ' എന്ന് പറയുന്നത് അയാൾ കേട്ടു. അത് അയാളുടെ സഹോദരന്റെ ശബ്ദം പോലെ തോന്നിച്ചു. അയാൾ അറി യാതെ തിരിഞ്ഞുനോക്കിപ്പോയി.

ആ മലയടിവാരത്തിൽ മറ്റൊരു കറുത്ത കല്ലുകൂടി ഉണ്ടായി!

സഹോദരന്മാർ അപകടത്തിലാണെന്ന് കണ്ട പാരി സാദ അവരുടെ രക്ഷയ്ക്കായി പുറപ്പെട്ടു. വൃദ്ധനെ കണ്ടു മുട്ടുന്നതുവരെ അവൾ മുന്നിൽ കണ്ട വഴിയിൽക്കൂടി

സഞ്ചരിച്ചു. നടന്നതെല്ലാം വൃദ്ധൻ അവളോടു പറഞ്ഞു. അവിടെ കേട്ടേക്കാവുന്ന ശബ്ദങ്ങളെക്കുറിച്ച് അയാൾ അവളെ ഓർമപ്പെടുത്തി. എന്തു കേട്ടാലും തിരിഞ്ഞുനോ ക്കരുതെന്ന് പ്രത്യേകം പറയുകയും ചെയ്തു.

"ഞാനെന്റെ കാതുകൾ തുണിക്കഷണം തിരുകി അട ച്ചുവെയ്ക്കും. അപ്പോൾ ഞാനൊന്നും കേൾക്കില്ലല്ലോ." പാരിസാദ പറഞ്ഞു. അവൾ മലകയറാൻ തുടങ്ങി. പല ശബ്ദങ്ങളും അവളെ പിറകിൽനിന്ന് വിളിച്ചെങ്കിലും ചെവി അടച്ചതുകൊണ്ട് അവൾ ഒന്നും കേട്ടില്ല. അവസാനം അവൾ മലമുകളിലെത്തി. അവിടെ സംസാരിക്കുന്ന പക്ഷി ഉണ്ടായിരുന്നു. അവൾ ചെവിയിൽ തിരുകിയ തുണി മാറ്റി യിട്ട് ചോദിച്ചു: "എവിടെയാണ് പാട്ടുപാടുന്ന മരവും സുവർണജലവും ഉള്ളത്?"

പക്ഷി പറഞ്ഞു: "അതാ, അവിടെ നീയാ പാട്ട് കേൾക്കുന്നില്ലേ? അതിൽനിന്നും ഒരു ചില്ല ഒടിച്ചുകൊണ്ടു പോയി നിന്റെ തോട്ടത്തിൽ നട്ടോളൂ. അത് വളർന്ന് മരമാ കും. ഒരു കുപ്പിയിൽ കുറച്ച് സുവർണജലം നിറച്ചോളൂ. അതുകൊണ്ട് നിനക്ക് ജലധാരയുണ്ടാകും."

"പക്ഷേ, ഞാനെന്റെ സഹോദരന്മാരെ എങ്ങനെ രക്ഷി ക്കും?" പാരിസാദ കരഞ്ഞു.

"ആ മരത്തിനരികിൽ ഒരു പാത്രം വെള്ളം കാണാം. അതെടുത്ത് കുറേശ്ശെ ആ കറുത്ത കല്ലുകളിൽ തളിക്കുക. അപ്പോൾ അവ വീണ്ടും മനുഷ്യരാകും."

സംസാരിക്കുന്ന പക്ഷിയും, പാട്ടുപാടുന്ന മരത്തിന്റെ ചില്ലയും, ഒരു കുപ്പി സുവർണജലവുമായി പാരിസാദ മല യടിവാരത്തിലെത്തി. കല്ലുകളെ മനുഷ്യനാക്കാനുള്ള വെള്ളവും അവൾ കൊണ്ടുവന്നിരുന്നു.

അവളും സഹോദരന്മാരും ആപത്തൊന്നുമില്ലാതെ വീട്ടിലെത്തി. അവർ ചില്ല തോട്ടത്തിൽ നട്ടു. സുവർണ ജലം നിറയ്ക്കാൻ ഭംഗിയുള്ള ഒരു ജലധാരയും ഉണ്ടാ ക്കി. സംസാരിക്കുന്ന കിളിയെ അവർ ഒരു സ്വർണക്കൂട്ടി

ലടച്ച് വീട്ടിനകത്ത് തൂക്കി. പല നാടുകളിൽ നിന്നും ആളു
കൾ അതിശയം കാണാനെത്തി. സംഗതി അറിഞ്ഞ
രാജാവും കാഴ്ച കാണാൻ എഴുന്നെള്ളി.

സുവർണജലധാരയും പാട്ടുപാടുന്ന മരവും കണ്ട
രാജാവ് പറഞ്ഞു: "ഈ സുന്ദരവസ്തുക്കളുടെ ഉടമസ്ഥരെ
കാണാൻ ഞാൻ ആഗ്രഹിക്കുന്നു. സംസാരിക്കുന്ന പക്ഷി
യുടെ കളമൊഴികളും എനിക്ക് കേൾക്കണം."

ഭാമനും പർവേസും വീട്ടിന് പുറത്തുവന്നു. അവരെ
കണ്ടപ്പോൾ രാജാവ് പറഞ്ഞു: "ഇതുപോലെ രണ്ടുമക്കളെ
എനിക്ക് തരാൻ രാജ്ഞിക്ക് കഴിഞ്ഞില്ലല്ലോ. എനിക്ക് മക്ക
ളുണ്ടായിരുന്നെങ്കിൽ ഏകദേശം ഇതേ പ്രായക്കാരായിരി
ക്കുമായിരുന്നു. എന്തുകൊണ്ടാണ് രാജ്ഞിക്ക് രണ്ടാൺമ
ക്കളെ തരാൻ കഴിയാതെ പോയത്?

ഭാമനും പർവേസും രാജാവിനെ അകത്തേക്കാനയി
ച്ചു. പാരിസാദയെ കണ്ടപ്പോൾ രാജാവ് പറഞ്ഞു: "ഇവ
ളുടെ മുഖത്തിന് രാജ്ഞിയുടെ മുഖവുമായി നല്ല സാമ്യ
മുണ്ട്. കഷ്ടം ! ഇതുപോലെ സുന്ദരിയായ ഒരു മകളെ
എനിക്ക് തരാൻ രാജ്ഞിക്ക് കഴിഞ്ഞില്ലല്ലോ."

പാരിസാദ രാജാവിനെ സംസാരിക്കുന്ന പക്ഷിയുടെ
അടുത്തേക്ക് കൂട്ടിക്കൊണ്ടുപോയി. അവൾ പക്ഷിയോട്
പറഞ്ഞു.

"ഇത് ഞങ്ങളുടെ രാജാവാണ്. അദ്ദേഹത്തോട് സംസാ
രിക്കൂ."

പക്ഷി പറഞ്ഞു: "അല്ലയോ രാജാവേ, ഞാൻ
അങ്ങേക്ക് ദീർഘായുസും, സുഖസമൃദ്ധിയും ആശംസി
ക്കുന്നു. അങ്ങയ്ക്ക് എന്നോട് പ്രത്യേകമായി എന്തെങ്കിലും
ചോദിക്കാനുണ്ടോ?"

രാജാവ് പറഞ്ഞു: "ഉവ്വ്, എന്തുകൊണ്ടാണ് എനിക്കു
ഇതുപോലെ ആരോഗ്യവാന്മാരായ രണ്ട് രാജകുമാരന്മാ
രും, പാരിസാദയെപ്പോലെ സുന്ദരിയായ മകളും ഉണ്ടാ
കാതെപോയത്?"

"ഇവർ അങ്ങയുടെ മക്കളാണ്. പാരിസാദ അങ്ങയുടെ മകളാണ്. സഹോദരിമാരെ വിളിച്ച് അവരെക്കൊണ്ടുതന്നെ സത്യം പറയിക്കണം. രാജ്ഞിക്ക് മക്കളെ കാണിച്ചുകൊ ടുക്കണം. അവരെ വീണ്ടും അങ്ങയുടെ മഹാറാണിയാ യി വാഴിക്കുകയും വേണം." കിളി മൊഴിഞ്ഞു.

ഷെഹർസാദ പറഞ്ഞു: "അങ്ങനെ എല്ലാം ഭംഗിയായി അവസാനിച്ചു. ഇതാണ് രാജകുമാരിയുടെയും രണ്ട് സഹോദരന്മാരുടെയും കഥ. ഒരേ രാജകുമാരിയെ വിവാഹം കഴിക്കാനാഗ്രഹിച്ച മൂന്ന് സഹോദരന്മാരുടെ കഥയും എനിക്കറിയാം. ഏത് യുവാവാണ് തന്റെ മകളെ കൂടുതൽ സന്തോഷിപ്പിക്കുക എന്ന് സുൽത്താന് എങ്ങനെ അറിയാൻ കഴിയും? ഒരുപക്ഷേ, സുൽത്താനായ അങ്ങേക്ക് ഇതിന് ഉത്തരം കാണാൻ കഴിഞ്ഞേക്കും."

സുൽത്താൻ പറഞ്ഞു: "ഇല്ല, എനിക്ക് ഇതിന്റെ ഉത്തരം കാണാൻ കഴിയില്ല. നാളെ നേരം വെളുക്കുന്ന തിന് മുമ്പ് ഈ കഥകൂടി എന്നെ പറഞ്ഞുകേൾപ്പിക്കണം."

8

രാജകുമാരിയും മൂന്നു സഹോദരന്മാരും

സുൽത്താന് മൂന്ന് ആൺമക്കളുണ്ട്. ഹുസൈൻ, അലി, അഹമ്മദ്, രാജകുമാരി ലൈല അദ്ദേഹത്തിന്റെ അനുജന്റെ മകളാണ്. ലൈല കുട്ടിയായിരുന്നപ്പോൾത്തന്നെ അവളുടെ പിതാവ് മരണമടഞ്ഞു. സുൽത്താനാണ് അവളെ വളർത്തി യത്. രാജകുമാരന്മാരോടൊപ്പം ലൈലയും വളർന്നു.

അയൽരാജ്യത്തെ രാജകുമാരനെക്കൊണ്ട് ലൈലയെ വിവാഹം കഴിപ്പിക്കാനായിരുന്നു സുൽത്താന്റെ മോഹം. പക്ഷേ, അദ്ദേഹത്തിന്റെ മൂന്ന് ആൺമക്കളും ലൈലയെ സ്നേഹിക്കുകയും വിവാഹം കഴിക്കാൻ ആഗ്രഹിക്കു കയും ചെയ്യുന്നുണ്ടെന്ന് സുൽത്താൻ മനസിലായി.

"ഇനി ഞാൻ എന്തുചെയ്യും? മൂത്ത സഹോദരൻ ഹുസൈന് അവളെ വിട്ടുകൊടുക്കാൻ അലിയോടും അഹ മ്മദിനോടും പറഞ്ഞാലോ? ആരാണ് അവളെ വിവാഹം കഴിക്കാൻ അർഹനെന്ന് എനിക്കെങ്ങനെ അറിയും?" അദ്ദേഹം ചിന്താക്കുഴപ്പത്തിലായി.

സുൽത്താൻ ലൈലയോട് ഇതേക്കുറിച്ച് സംസാരിച്ചു. അവൾ പറഞ്ഞു: "ഞാൻ മൂന്നുപേരേയും ഒരുപോലെ

സ്നേഹിക്കുന്നു. അവരിൽ ആരാണ് എന്നെ കൂടുതൽ സ്നേഹിക്കുന്നതെന്നറിയാൻ നമുക്ക് എന്തെങ്കിലും പരീക്ഷ നടത്താം."

സുൽത്താൻ മൂന്ന് പുത്രന്മാരെയും വിളിച്ച് പറഞ്ഞു: "നിങ്ങൾ മൂന്നുപേരും ഒരു വർഷം യാത്രചെയ്യണം. പുതു മയുള്ളതും സുന്ദരവുമായ കൗതുകവസ്തുക്കൾ ഞാൻ വളരെ ഇഷ്ടപ്പെടുന്നു. ആരാണോ എനിക്ക് ഏറ്റവും ഇഷ്ടപ്പെട്ട സാധനം കൊണ്ടുവരുന്നത്, അയാൾക്ക് ലൈലയെ വിവാഹം കഴിച്ചുകൊടുക്കും."

വഴിച്ചെലവിനായി സുൽത്താൻ ഓരോരുത്തർക്കും അഞ്ഞൂറ് സ്വർണനാണയം വീതം കൊടുത്തു. "യാത്ര യ്ക്കിടയിൽ കാണുന്ന ഏറ്റവും നല്ല സാധനങ്ങൾ വാങ്ങാൻ ഈ പണം നിങ്ങൾക്ക് ഉപയോഗിക്കാം."

ആദ്യ ദിവസത്തെ യാത്ര കഴിഞ്ഞ് മൂന്നുപേരും മൂന്നു വഴികൾ കൂടിച്ചേരുന്ന സ്ഥലത്ത് കണ്ടുമുട്ടി. "നമ്മൾ മൂന്നു പേരും, നാളെ ഈ കാണുന്ന മൂന്ന് വഴികളിൽക്കൂടി യാത്ര ആരംഭിക്കുകയാണ്. ഒരു വർഷം കഴിഞ്ഞ് നമുക്ക് ഇതേ സ്ഥലത്ത് വച്ച് വീണ്ടും കണ്ടുമുട്ടാം. അതിനുശേഷം നാം കൊണ്ടുവരുന്ന വിശേഷപ്പെട്ട വസ്തുക്കളുമായി പിതാ വിനെ ചെന്ന് കാണാം." ഇങ്ങനെ നിശ്ചയിച്ച് അവർ യാത്ര തിരിച്ചു.

കുറേ മാസങ്ങൾക്കുശേഷം മൂത്തവനായ ഹുസൈൻ ബിസ്നഗർ എന്ന സ്ഥലത്തെത്തി. അവിടെ ധാരാളം തെരു വുകളും നിറയെ കടകളുമുണ്ട്. ഭക്ഷണസാധനങ്ങൾക്ക് മാത്രമായി ഒരു തെരുവ്. വസ്ത്രവ്യാപാരികൾക്ക് മറ്റൊ ന്ന്. സ്വർണാഭരണങ്ങൾക്കും വെള്ളിക്കും പ്രത്യേകം തെരു വുകൾ. മരസാമാനങ്ങൾക്ക് വേറൊരു തെരുവ്. ഓരോ സാധനത്തിനും പ്രത്യേകം തെരുവുകളുണ്ടായിരുന്നു.

ഹുസൈൻ അവിടെയെല്ലാം ചുറ്റിനടന്നു. ഉപകാരപ്ര

ദമായതും ഭംഗിയുള്ളതുമായ ഒരുപാട് വസ്തുക്കൾ അയാൾ കണ്ടു. പക്ഷേ, സുൽത്താനെ ഏറ്റവുമധികം ആകർഷിക്കാനുള്ള ഒരു പ്രത്യേക വസ്തു അയാൾ എവി ടെയും കണ്ടില്ല. "ഇവയിൽ പലതും എന്റെ പിതാവിന് ഇഷ്ടമായേക്കാം. പക്ഷേ, അലിയും അഹമ്മദും ഇതിലും നല്ലതു കൊണ്ടുവന്നാലോ? ആരും ഇതുവരെ കാണാത്ത

എന്തെങ്കിലും ഒന്ന് എനിക്ക് കണ്ടുപിടിക്കണം. അങ്ങനെ യുള്ള ഒരേയൊരു വസ്തുവേ ഈ ലോകത്തിൽ ഉണ്ടാ കാവൂ."

പല തെരുവുകളിലും അലഞ്ഞു നടന്നതിനുശേഷം അയാൾ പരവതാനി വിൽക്കുന്ന തെരുവിലെത്തി വല്ലാതെ തളർന്നിരുന്നു. അതുകൊണ്ട് അയാൾ ഒരു ചെറിയ കട യുടെ മുന്നിൽ ഇരുന്നു. കടക്കാരൻ പുറത്തുവന്ന് ചോദി ച്ചു: "എന്താ നിങ്ങൾക്കുവേണ്ടത്? എന്റെ പക്കൽ നല്ല നല്ല പരവതാനികൾ ധാരാളമുണ്ട്"

"നിങ്ങൾ ഈ ലോകത്തെ ഏറ്റവും മുന്തിയ പരവ താനി വിൽപ്പനക്കാരനാണോ? അതുപോലൊരു പരവ താനി ഈ ലോകത്തിൽ മറ്റൊരാൾക്കും ഉണ്ടാവരുത്"

കടക്കാരൻ പറഞ്ഞു: "എന്റെ കൈയിൽ ഒരു മാന്ത്രിക പരവതാനിയുണ്ട്. മറ്റാർക്കും അത്തരമൊന്ന് ഇല്ല. നിങ്ങൾ അതിലിരുന്ന് 'എന്നെ എങ്ങോട്ടെങ്കിലും കൊണ്ടുപോകൂ.' എന്ന് പറഞ്ഞാൽ അത് ആകാശത്തിൽക്കൂടി പറന്നു നിങ്ങ ളാവശ്യപ്പെട്ട സ്ഥലത്തെത്തിക്കും."

ഹുസൈൻ പറഞ്ഞു: "ഞാനൊന്ന് നോക്കട്ടെ."

കടക്കാരൻ പറഞ്ഞു: "ഞാനും നിങ്ങളുടെ കൂടെ വരാം. പരവതാനി ഞാൻ പറഞ്ഞതുപോലെ പ്രവർത്തി ക്കുകയാണെങ്കിൽ നമുക്ക് തിരിച്ച് ഇവിടെത്തന്നെവരാം. അപ്പോൾ നിങ്ങൾ എനിക്ക് അഞ്ഞൂറ് സ്വർണനാണയം തരണം."

കടക്കാരൻ പരവതാനി കൊണ്ടുവന്നു. അത് പഴയതും വളരെ ചെറുതുമായിരുന്നു. അവർ അതിൽ കയറി ഇരു ന്നു.

"ഞങ്ങളെ ഡമാസ്കസിലേക്ക് കൊണ്ടുപോകൂ."

പരവതാനി ആകാശത്തിലേക്ക് ഉയർന്നു. അൽപ്പസ മയത്തിനുശേഷം പ്രസിദ്ധപ്പെട്ട നഗരവും, അതിലെ തിര

ക്കുപിടിച്ച തെരുവുകളും, അബാനാ നദിയും അവർക്ക് കാണാൻ കഴിഞ്ഞു.

"ഇനി കയ്റോവിലേക്ക് പോകട്ടെ." താമസിയാതെ അവർ കയ്റോനഗരം കണ്ടു.

"ഇനി ബിസ്നഗറിലേക്ക് മടങ്ങാം." കുറച്ചു സമയ ത്തിനുള്ളിൽ അവർ പുറപ്പെട്ട പരവതാനിക്കടയിൽത്തന്നെ തിരിച്ചെത്തി.

ഹുസൈൻ അഞ്ഞൂറ് സ്വർണനാണയം കൊടുത്ത് അത് വാങ്ങി. "അലിക്കും അഹമ്മദിനും ഇതുപോലൊരു സാധനം എന്തായാലും കിട്ടില്ല. ഇത് ലോകത്തിലെ ഏക മാന്ത്രിക പരവതാനിയാണ്."

*   *   *   *   *   *   *

അലി യാത്രതിരിച്ച് നാലു ദിവസം കഴിഞ്ഞ് പേർഷ്യ യിലെ ഷിറാസ് നഗരത്തിലെത്തി. അയാൾ ഒരു ആഭരണ വ്യാപാരിയായിട്ടാണ് യാത്ര പുറപ്പെട്ടത്.

ഭംഗിയുള്ള അനേകം കൗതുകവസ്തുക്കൾ അടുക്കി വെച്ച് ഒട്ടേറെ തെരുവുകളും കടകളും അയാൾ കണ്ടു. അയാൾ വിചാരിച്ചു: "പക്ഷേ, ഇത്തരം വസ്തുക്കൾ മിക്ക പട്ടണങ്ങളിലും കിട്ടും. ഹുസൈനും അഹമ്മദും ഇതേ സാധനങ്ങൾതന്നെ വാങ്ങിക്കൊണ്ടുവരില്ലെന്ന് എനിക്കെ ങ്ങനെ ഉറപ്പിക്കാൻ കഴിയും?"

അദ്ദേഹം ഭൂതക്കണ്ണാടി-ദൂരെയുള്ള വസ്തുക്കൾ വളരെ അടുത്തായി തോന്നിക്കുന്ന കണ്ണാടി- വിൽക്കുന്ന കടയിലെത്തി. അവിടെ നല്ലതരം ഭൂതക്കണ്ണാടികൾ ഇഷ്ടം പോലെയുണ്ട്. അത്തരം കണ്ണാടികൾ മുമ്പ് കണ്ടിട്ടേയി ല്ലായിരുന്നു. "പക്ഷേ, കപ്പിത്താന്മാരുടെ കയ്യിൽ ഇത്തരം കണ്ണാടികൾ കാണാറുണ്ട്. ഇവിടെയുള്ളതിനേക്കാൾ ശ്രേഷ്ഠമായ വല്ലതും മറ്റു സ്ഥലങ്ങളിൽ കിട്ടിയെന്നും വരാം." അയാൾ വിചാരിച്ചു.

"നിങ്ങൾ എന്തുതരം ഭൂതക്കണ്ണാടിയാണ് വേണ്ട തെന്ന് പറയൂ. ഞാൻ കണ്ടുപിടിച്ചുതരാം." കടക്കാരൻ അലിയോട് പറഞ്ഞു.

"എനിക്ക് ഈ ലോകത്തിൽവെച്ച് ഏറ്റവും മികച്ച ഭൂത ക്കണ്ണാടി വേണം. അത്തരം ഒരെണ്ണം വേറൊരാൾക്കും ഉണ്ടാകരുത്." അലി പറഞ്ഞു.

കടക്കാരൻ പറഞ്ഞു: "ഏതാനും ദിവസം മുമ്പ് ഒരു വഴിയാത്രക്കാരൻ ഇതിലേ പോയിരുന്നു. അയാളുടെ കൈയിലുള്ള ഭൂതക്കണ്ണാടിക്ക് അയാൾ അഞ്ഞൂറ് സ്വർണ നാണയം ആവശ്യപ്പെട്ടിരുന്നു. അതുപോലെ ഒരെണ്ണം ലോകത്തിലാർക്കുമില്ല എന്നയാൾ പറയുകയും ചെയ്തി രുന്നു."

"ഒരു ഭൂതക്കണ്ണാടിക്ക് അഞ്ഞൂറ് സ്വർണനാണയം! ആരെങ്കിലും ഒരു ഭൂതക്കണ്ണാടിക്ക് അത്രയും കൊടു ക്കുമോ?" അലി ചോദിച്ചു.

കടക്കാരൻ പറഞ്ഞു: "അയാൾ നല്ല മനുഷ്യനാണ്. അത്തരമൊന്ന് ലോകത്തിലാർക്കുമില്ലെന്ന് അയാൾ പറ യുകയാണെങ്കിൽ അത് സത്യമായിരിക്കും. ഞാൻ അയാളെ നിങ്ങളുടെ അടുത്തേക്ക് കൂട്ടിക്കൊണ്ടുവരാം"

വൃദ്ധൻ ഭൂതക്കണ്ണാടിയുമായി എത്തി.

"ഇതിൽക്കൂടി നോക്കിയാൽ നിങ്ങൾ മനസിൽ വിചാ രിക്കുന്ന ആളെ നേരിൽ കാണാൻ കഴിയും." അയാൾ പറഞ്ഞു.

അലി കണ്ണാടിയിൽ നോക്കിയിട്ട് തന്റെ പിതാവിനെ കാണാൻ ആഗ്രഹിച്ചു. ദർബാറിലിരുന്ന് മന്ത്രിയോട് സംസാരിക്കുന്ന സുൽത്താനെ അയാൾ കണ്ടു. "ഇനി രാജകുമാരി ലൈലയെ കാണട്ടെ." അയാൾ വിചാരിച്ചു. ഉടനെ പൂന്തോട്ടത്തിൽ തോഴികളുമൊത്ത് ഉല്ലസിച്ചു കൊണ്ട് ഉലാത്തുന്ന ലൈലയെ അയാൾ കണ്ടു.

അലി അഞ്ഞൂറ് സ്വർണനാണയം കൊടുത്ത് ഭൂതക്ക
ണ്ണാടി വാങ്ങി.

*   *   *   *   *   *   *

അഹമ്മദ് രാജകുമാരൻ സമർക്കണ്ടിലേക്കുള്ള വഴിയേ
യാത്ര തിരിച്ചു. അയാൾ ആഭരണക്കടയിലും, തുണിക്കട
യിലും മറ്റുപല കടകളിലും കയറിയിറങ്ങി അനേകം ഭംഗി
യുള്ള വസ്തുക്കൾ കണ്ടു.

"ഇത്തരം വസ്തുക്കൾ ഞാനിതിനു മുമ്പ് കണ്ടിട്ടില്ല
എന്നത് നേരാണ്. പക്ഷേ, ഹുസൈനും അലിയും ഇതി
നേക്കാൾ ഭംഗിയുള്ളവ കൊണ്ടുവന്നാലോ? ഈ ലോക
ത്തിൽ വെച്ച് ഏറ്റവും ശ്രേഷ്ഠമായതുതന്നെ എനിക്ക്
വാങ്ങണം."

ഒരു സ്വർണ്ണക്കടയ്ക്കു മുന്നിലിരിക്കുമ്പോൾ തെരു
വിൽനിന്ന് ഒരാൾ എന്തോ വിളിച്ചുപറയുന്നതുകേട്ട് അലി
അങ്ങോട്ട് ചെന്നു.

"ഇതാ വിശിഷ്ടമായ ഒരാപ്പിൾ, ഇതിന് അഞ്ഞൂറ്
സ്വർണനാണയം തരാൻ ആരെങ്കിലും തയാറുണ്ടോ?"
അഹമ്മദ് അത്ഭുതപ്പെട്ടു: "ഒരാപ്പിളിന് അഞ്ഞൂറുസ്വർണ
നാണയം! ഇതെന്താ വെള്ളരിക്കാപ്പട്ടണമോ? ഒരാപ്പിളിന്
ആരെങ്കിലും ഇത്ര വലിയതുക തരുമോ?"

ആപ്പിൾ കണ്ടപ്പോൾ അയാൾ പറഞ്ഞു: "ഓഹോ ഇത്
സ്വർണംകൊണ്ടുള്ളതാണ് അല്ലേ? എന്നാലും അഞ്ഞൂറ്
സ്വർണനാണയം കുറച്ച് കൂടുതലാണ്. അത്രയും തരാൻ
ഞാൻ തയാറല്ല."

വൃദ്ധൻ പറഞ്ഞു:"വരണം, വരണം ഇത് സാധാരണ
ആപ്പിളല്ല. മാന്ത്രിക ആപ്പിളാണ്. ബുദ്ധിമാനായ മന്ത്രവാദി
ഉണ്ടാക്കിയ ആപ്പിൾ. ആർക്കെങ്കിലും അസുഖം വരിക
യാണെങ്കിൽ ഈ ആപ്പിളൊന്ന് മണപ്പിച്ചാൽ മതി. രോഗം
ഓടിയൊളിക്കും. മരിക്കാൻകിടന്ന പലരേയും മന്ത്രവാദി

ഇതുകൊണ്ട് രക്ഷിച്ചിട്ടുണ്ട്. പക്ഷേ, ഒരിക്കൽ അയാൾ ഈ ആപ്പിളെടുക്കാതെ ഒരു ദീർഘയാത്ര പുറപ്പെട്ടു. വഴിയിൽവെച്ച് അദ്ദേഹത്തിന് രോഗം ബാധിച്ചു. ഈ ആപ്പിളെടുക്കാനായി അയാൾ ഉടൻ ഒരാളെ പറഞ്ഞയച്ചു. അയാൾ ആപ്പിളുമായി തിരിച്ചെത്തുമ്പോഴേക്കും മന്ത്രവാദി മരണപ്പെട്ടു.”

ഈ കഥ സത്യമാണെന്ന് പലരും അഹമ്മദിനോട് പറഞ്ഞു. ആപ്പിൾകൊണ്ട് മായാജാലക്കാരൻ രക്ഷിച്ച അനേകം സ്ത്രീകളുടെയും കുട്ടികളുടെയും കഥകളും അയാൾ കേട്ടറിഞ്ഞു.

അങ്ങനെ ആപ്പിളും വാങ്ങി അഹമ്മദ് സഹോദരന്മാരെ കാണാനായി യാത്ര പുറപ്പെട്ടു.

കൊണ്ടുവന്ന സാധനങ്ങൾ രാജകുമാരന്മാർ അന്യോന്യം കാണിച്ചു.

അലിയുടെ ഭൂതക്കണ്ണാടി കൈയിലെടുത്ത് ഹുസൈൻ പറഞ്ഞു: “ഞാൻ ലൈലയെ കാണാൻ ആഗ്രഹിക്കുന്നു.! അയ്യോ, സഹോദരന്മാരെ ലൈലയ്ക്ക് തീരെ സുഖമില്ല. അവൾ മരിക്കാറായിരിക്കുന്നു.” ഹുസൈൻ പിന്നീട് ഉറക്കെ വിളിച്ചുപറഞ്ഞു.

“നമുക്കുടനെ അവളുടെ അരികിലെത്തണം. ഈ മാന്ത്രിക ആപ്പിളു കൊണ്ട് നമുക്കവളുടെ ജീവൻ രക്ഷിക്കണം” അഹമ്മദ് പറഞ്ഞു.

“പക്ഷേ, നമ്മൾ ഇത്ര പെട്ടെന്ന് എങ്ങനെ അവിടെയെത്തും?” അലി ചോദിച്ചു.

“അവൾ തീരെ അവശയാണ്. നമ്മൾ എത്തുന്നതിനു മുമ്പ് മരിച്ചുപോയാലോ” അലി വല്ലാതെ പരിഭ്രമിച്ചു.

ഹുസൈൻ പറഞ്ഞു: “പരിഭ്രമിക്കേണ്ട. നമുക്കുടനെ അവിടെയെത്താം. എന്റെ മാന്ത്രികപ്പരവതാനി നമ്മെ ഇപ്പോൾത്തന്നെ അവിടെ എത്തിച്ചുതരും.”

അവർ പരവതാനിയിൽ കയറി ഇരുന്നു. വേഗം ലൈല യുടെ മുറിയിലെത്തി. അഹമ്മദ് ആപ്പിൾ അവളുടെ മൂക്കിന് നേരെ പിടിച്ചു. അവൾ കണ്ണുതുറന്ന് തോഴിമാരെ നോക്കി.

"ഞാൻ കുറച്ചധികം ഉറങ്ങിപ്പോയി. എനിക്ക് എഴു ന്നേറ്റ് വസ്ത്രം മാറണം."

രാജകുമാരന്മാർ സുൽത്താനെ കാണാൻ ചെന്നു. ഹുസൈൻ രാജകുമാരൻ പറഞ്ഞു: "ഈ പരവതാനി കണ്ടോ? ലോകത്തിലൊരിടത്തും ഇതുപോലൊരെണ്ണം ഇല്ല. ഞങ്ങളെ വളരെ വേഗം ഇവിടെ എത്തിച്ചതും ലൈലയെ രക്ഷിച്ചതും ഇതാണ്. അതുകൊണ്ട് ലൈലയെ ഞാൻ വിവാഹം കഴിക്കും."

"ശരിയാണ്, പക്ഷേ, എന്റെ ഭൂതക്കണ്ണാടിയിൽക്കൂടി നോക്കിയപ്പോഴാണ് രോഗവിവശയായ ലൈലയെ കണ്ട

ത്. അതുകൊണ്ടാണ് നമുക്ക് ഉടനെ ഇവിടെ വരാൻ കഴി
ഞ്ഞത്. അതിനാൽ അവളെ ഞാൻ വിവാഹം കഴിക്കും."

"എന്റെ മാന്ത്രിക ആപ്പിളുകൊണ്ടാണ് അവളുടെ
രോഗം ഭേദമായത്. അതുകൊണ്ട് ഞാനാണ് അവളെ
വിവാഹം കഴിക്കാൻ അർഹൻ" അഹമ്മദ് പറഞ്ഞു.

എന്തു പറയണമെന്നറിയാതെ സുൽത്താൻ കുഴങ്ങി.
ഏതു മകനാണ് രാജകുമാരിയെ വിവാഹം കഴിച്ചുകൊടു
ക്കേണ്ടത്?

*   *   *   *   *   *   *

ഷെഹർസാദ കഥ നിറുത്തി."ആരാണ് ലൈലയെ
വിവാഹം കഴിച്ചത്? പിതാവ് എന്തുപറഞ്ഞു?"
സുൽത്താൻ ചോദിച്ചു.

"സൂര്യനുദിച്ചല്ലോ. ഇനി ഇന്നെങ്ങനെ ഞാനിത് പറ
ഞ്ഞുതീർക്കും? നിങ്ങൾ നാളെവരെ ക്ഷമിക്കേണ്ടിവരും.
അഥവാ ഞാൻ ഇന്ന് മരിച്ചുപോവുകയാണെങ്കിൽ
നിങ്ങൾക്ക്   സ്വയം ഉത്തരംകണ്ടെത്തേണ്ടിവരും."
ഷെഹർസാദ ജനലിൽക്കൂടി പുറത്തേക്ക് നോക്കിയിട്ട്
പറഞ്ഞു.

പിറ്റേദിവസം ഷെഹർസാദ കഥ തുടർന്നു.

സുൽത്താൻ ഹുസൈനോട് ചോദിച്ചു: "വിവാഹം കഴി
ഞ്ഞാൽ ഈ പരവതാനി നീ നിന്റെ ഭാര്യക്ക് കൊടുക്കാൻ
തയാറാണോ?"

"അയ്യോ, ഒരിക്കലുമില്ല. ഞങ്ങൾ രണ്ടുപേരും ചേർന്ന്
അതിലിരുന്ന് യാത്ര ചെയ്യും. എന്നെ ഒറ്റയ്ക്കാക്കിയിട്ട്
പോകാൻ ഞാനവളെ സമ്മതിക്കില്ല."

"അലി വിവാഹം കഴിഞ്ഞാൽ നീ ഈ ഭൂതക്കണ്ണാടി
ലൈലയ്ക്ക് കൊടുക്കുമോ? അതോ നിന്റെ മാത്രമായിട്ട്
സൂക്ഷിക്കുമോ?"

"ഞാൻ തന്നത്താൻ സൂക്ഷിക്കും. കാരണം എനി

ക്കെന്റെ സുന്ദരിയായ ഭാര്യയെ ഒരു ദിവസം നൂറുവട്ടമെ
ങ്കിലും കാണണം. ഞാൻ സുന്ദരനല്ലാത്തതുകൊണ്ട്
അവൾക്ക് എന്നെ ഇടയ്ക്കിടെ കാണണമെന്നുണ്ടാവില്ല"

സുൽത്താൻ അഹമ്മദിനോടായി ചോദിച്ചു:"നിന്റെ
സ്ഥിതി എന്താ അഹമ്മദ്. നീ ഈ ആപ്പിൾ വിവാഹശേഷം
ലൈലയ്ക്ക് കൊടുക്കുമോ?"

"തീർച്ചയായും," അഹമ്മദ് പറഞ്ഞു.

"എന്തുകൊണ്ടെന്നുകൂടി പറയൂ." സുൽത്താൻ
നിർബന്ധിച്ചു.

"കാരണം അവൾ മരിച്ചാൽ, പിന്നീട് ഞാനും ജീവി
ക്കില്ല. അവളില്ലാതെ എനിക്ക് കഴിയാൻ സാധ്യമല്ല. അതു
കൊണ്ട് ഇത് അവൾ തന്നെ സൂക്ഷിക്കട്ടെ."

"അഹമ്മദ് നീയാണ് ഏറ്റവും നല്ല ഉത്തരംതന്നത്.
അതിനാൽ ലൈലയെ നിനക്ക് വിവാഹം കഴിച്ചുതരുന്ന
താണ്." സുൽത്താൻ പറഞ്ഞു.

"ഹാ, അതുതന്നെയാണ് ഞാൻ ആഗ്രഹിച്ചതും."
ലൈല പറഞ്ഞു.

"എനിക്ക് മറ്റൊരു കഥകൂടി അറിയാം. ഒരു ഡോക്ട
റുടെയും, അദ്ദേഹം രക്ഷിച്ച രോഗികളുടെയും കഥ.
ഞാനത് പറയട്ടെ." ഷെഹർസാദ ചോദിച്ചു.

"ഉവ്വ്, ചെറുതാണെങ്കിൽ ഉടനെ തുടങ്ങിക്കോളൂ."
സുൽത്താൻ പറഞ്ഞു.

9

കുള്ളനും മീൻമുള്ളും

അലി റസാക്ക് കഷ്ഗറിലുള്ള ഒരു പട്ടണത്തിലാണ് ജീവിച്ചിരുന്നത്. അയാൾക്ക് ഒരു തുണിക്കട ഉണ്ടായിരുന്നു. അയാൾ ഭാര്യയെ ഏറെ സ്നേഹിച്ചിരുന്നു.

ഒരു ദിവസം കടയിലിരിക്കുമ്പോൾ ഒരു കുള്ളൻ വന്ന് പാട്ടുപാടിയും കഥകൾ പറഞ്ഞും അലിയെ വല്ലാതെ രസിപ്പിച്ചു. "എന്റെ കൂടെ വീട്ടിലേക്ക് വരൂ കുള്ളാ. നിന്റെ പാട്ടും കഥകളും എന്റെ ഭാര്യക്കു വളരെ ഇഷ്ടപ്പെടും. ഞാനിന്ന് മുന്തിയ മീൻ ഭാര്യക്കുവേണ്ടി കൊണ്ടുപോകുന്നുമുണ്ട്."

അലി കുള്ളനെ വീട്ടിലേക്കു കൊണ്ടുപോയി.

കുള്ളൻ ആഹാരം കഴിക്കുമ്പോൾ മീൻ കഷണങ്ങൾ വെട്ടി വിഴുങ്ങി. ധൃതികാരണം ഒരു മീൻമുള്ള് അയാളുടെ തൊണ്ടയിൽ കുടുങ്ങി. അയാളുടെ മുഖം നീലനിറമായി. വായ് തുറന്നു മിണ്ടാൻ പോലും കഴിയാതായി.

അലിയും ഭാര്യയും പേടിച്ചുപോയി. അലിയുടെ ഭാര്യ പറഞ്ഞു. "അയാൾ ഇവിടെവെച്ച് മരിച്ചാൽ നമ്മൾ വല്ലാത്ത കുഴപ്പത്തിലാകും. നമുക്ക് പോലീസിൽ അറിയിക്കേണ്ടി

വരും. അവർ നമ്മളെ ന്യായാധിപന്റെ അരികിൽകൊണ്ടു പോയി തെളിവെടുക്കും. ഇയാളുടെ മരണത്തിനുത്തരവാദി നമ്മളാണെന്ന് തെളിഞ്ഞാൽ ഒരുപക്ഷേ വധശിക്ഷ വരെ കിട്ടാൻ ഇടയുണ്ട്.

അലി പറഞ്ഞു: "നമുക്കുടനെ ഒരു ഡോക്ടറുടെ വീട്ടി ലേക്ക് പോകാം. ഇയാളെ വാതിൽക്കൽ ഇരുത്തിയിട്ട് നമുക്ക് ഓടി രക്ഷപ്പെടാം."

അങ്ങനെ അവർ കുള്ളനെ നടത്തിക്കൊണ്ടുപോയി ഡോക്ടറുടെ വാതിലിന് മുമ്പിലുള്ള ചവിട്ടുപടിയിലിരു ത്തിയിട്ട് ഓടി രക്ഷപ്പെട്ടു.

ഡോക്ടർ വീടിന്റെ വാതിൽ തുറന്നപ്പോൾ കുള്ളൻ മറിഞ്ഞുവീണു. കുള്ളനെ തടഞ്ഞ് ഡോക്ടറും വീണു. രണ്ടുപേരും കൂടി പടപടേന്ന് പടികളിൽ കൂടി ഉരുണ്ട് താഴെയെത്തി.

കുള്ളനെ തൊട്ടുനോക്കി ഡോക്ടർ സ്വയം പറഞ്ഞു: "ഇയാൾ മരിച്ചിരിക്കുന്നു. ഇവനെ ഇവിടെ ഇങ്ങനെ കണ്ടാൽ ആളുകൾ പറയും ഞാനാണ് ഇവനെ കൊന്ന തെന്ന്. പോലീസ് എന്നെ ന്യായാധിപന്റെ മുമ്പിൽ ഹാജ രാക്കും. അദ്ദേഹം എന്നെ ഇയാളുടെ മരണത്തിന് ഉത്തര വാദിയാക്കുകയും ചെയ്യും. ഈ ശവശരീരം വേറെ എവി ടെയെങ്കിലും ഒളിപ്പിക്കുന്നതാണ് നല്ലത്."

ഡോക്ടറുടെ വീട്ടിന് നേരെ എതിർവശത്താണ് അബ്ദുലിന്റെ വീട്. അബ്ദുൽ റൊട്ടിക്കാരനാണ്. "അബ്ദുൽ വീട്ടിലില്ലെന്ന് തോന്നുന്നു. അവിടെ വെളിച്ച മൊന്നും കാണുന്നില്ലല്ലോ" ഡോക്ടർ വിചാരിച്ചു.

അയാൾ കുള്ളനെ തോളിലേറ്റി റോഡ് മുറിച്ച് കട ന്നു. അബ്ദുലിന്റെ വീട്ടിലെത്തി. കുള്ളനെ വരാന്തയിൽ ഒരു കസേരയിലിരുത്തി. എന്നിട്ട് പറഞ്ഞു: "ഇയാളൊരു കള്ളനാണെന്ന് അബ്ദുൽ കരുതിക്കൊള്ളും. കുള്ളന്റെ

മുന്നിൽ കുറച്ച് റൊട്ടി വയ്ക്കാം. അങ്ങനെയാണെങ്കിൽ ഇയാൾ റൊട്ടി മോഷ്ടിക്കാൻ വന്ന കള്ളനാണെന്ന് അബ്ദുൽ വിചാരിച്ചുകൊള്ളും."

വേണ്ടതെല്ലാം ചെയ്തിട്ട് ഡോക്ടർ വീട്ടിലേക്ക് പോയി.

വീട്ടിലെത്തിയ അബ്ദുൽ മേശയ്ക്കരികിലിരിക്കുന്ന കുള്ളനെ കണ്ടു.

"ആഹാ, അപ്പോൾ നീയാണ് എന്റെ റൊട്ടി കട്ടുതിന്നുന്ന പെരുങ്കള്ളൻ അല്ലേ?" അയാൾ ഉറക്കെ വിളിച്ചുപറഞ്ഞു.

അയാൾ കുള്ളനെ നന്നായൊന്ന് പെരുമാറി. കുള്ളൻ ദേ കിടക്കുന്നു താഴെ. അവൻ എഴുന്നേൽക്കുന്നില്ലെന്ന് കണ്ടപ്പോൾ അബ്ദുൽ കുനിഞ്ഞു നോക്കി. "അയ്യോ ഇയാൾ മരിച്ചുപോയി.!"

അബ്ദുൽ വല്ലാതെ ഭയന്നു. "ഒരു കള്ളനെ അടിക്കുന്നതിൽ തെറ്റില്ല. പക്ഷേ, അയാളെ അടിച്ചുകൊല്ലുന്നത് നീതിയല്ല. ഇയാളുടെ ജഡം എങ്ങോട്ടെങ്കിലും മാറ്റണം. അല്ലെങ്കിൽ പോലീസ് വരും. കേസാകും, എന്നെ ന്യായാധിപന്റെ മുമ്പിൽ ഹാജരാക്കുകയും ചെയ്യും." അയാൾ സ്വയം പറഞ്ഞു: "പണക്കാരനായ സലീം കൂട്ടുകാരോടൊത്ത് കുടിച്ച് കൂത്താടാൻ പോയിരിക്കുകയാണ്. അയാൾ ധാരാളം തിന്നുകയും കുടിക്കുകയും ചെയ്യും. എന്നും കുടിച്ച് പൂസായിട്ടാണ് വരവ്. വീട്ടിലെത്തുമ്പോൾ കുള്ളനെ വാതിൽക്കൽ കണ്ടാൽ അത് ജഡമാണെന്ന് അയാൾ തിരിച്ചറിയില്ല."

അബ്ദുൽ കുള്ളന്റെ ജഡം സലീമിന്റെ വീട്ടുവാതിൽക്കൽ കിടത്തി ഓടി രക്ഷപ്പെട്ടു.

വീട്ടിലെത്തിയ സലീം വാതിൽക്കൽ കിടക്കുന്ന മനുഷ്യനെ കണ്ട് അലറി: "ആഴാടാ.... അത്. എന്താണ് വേണ്ടത്? എഴാ ഉത്തരം പറയാൻ:"

ഉത്തരമൊന്നും കിട്ടാതായപ്പോൾ അയാൾ കുള്ളനെ ഊക്കോടെ ഒരു ചവിട്ടുകൊടുത്തു. കുള്ളൻ തെരുവിലേക്ക് മറിഞ്ഞുവീണു. അപ്പോഴാണ് ഒരു പോലീസുകാരൻ അതിലേ വന്നത്. അയാൾ പറഞ്ഞു: "നിങ്ങൾ ഇയാളെ കൊന്നു. എന്റെ കൂടെ വരൂ."

പിറ്റേദിവസം സലീമിനെ കോടതിയിൽ ഹാജരാക്കി. "നീ മദ്യപിച്ചിരുന്നു; കുടിച്ച് ബോധമില്ലാത്ത നിലയിലാ യിരുന്നു. നീ കുള്ളനെ ചവിട്ടിക്കൊന്നു. അതിനാൽ നിന്നെ തൂക്കാൻ വിധിച്ചിരിക്കുന്നു." ന്യായാധിപൻ കൽപ്പിച്ചു.

അബ്ദുൽ കോടതിയിൽ ഉണ്ടായിരുന്നു. "കുള്ളനെ കൊന്നതിനു സലീമിനെ തൂക്കിക്കൊല്ലാൻ ഞാൻ അനു വദിക്കില്ല." അയാൾ സ്വയം പറഞ്ഞു.

അയാൾ എണീറ്റ് നിന്ന് ബോധിപ്പിച്ചു: "അല്ലയോ ബഹുമാനപ്പെട്ട ന്യായാധിപരേ, കുള്ളനെ കൊന്നതിനു ശേഷം ഞാനാണ് പോലീസിനെ പേടിച്ച് ജഡം സലീ മിന്റെ വീട്ടുവാതിൽക്കൽ കിടത്തിയത്. അയാൾ ഒരു കള്ള നാണ്. അയാൾ റൊട്ടിയുമായി എന്റെ വീട്ടിലെ മേശയ്ക്ക് മുന്നിൽ ഇരിക്കുകയായിരുന്നു. അതുകണ്ടപ്പോൾ എന്റെ കോപം ആളിക്കത്തി. ഞാൻ നല്ലൊരു ഇടികൊടുത്തു. അയാൾ കസേരയിൽനിന്ന് മറിഞ്ഞ് താഴെവീണു. അങ്ങ നെയാണ് അയാൾ മരിച്ചത്."

ന്യായാധിപൻ പറഞ്ഞു: "നിങ്ങൾ ഒരു പാവം കുള്ളനെ അടിച്ചുകൊന്നിരിക്കുന്നു. നിങ്ങൾക്കതിനുള്ള ശിക്ഷ കിട്ടിയേ മതിയാകൂ."

അപ്പോൾ ഡോക്ടർ എണീറ്റ് പറഞ്ഞു: "സാർ ഞാനാണ് കുള്ളനെ അബ്ദുലിന്റെ വീട്ടിൽ ഇരുത്തിയത്. അയാൾ എന്റെ വീട്ടുവാതിൽക്കൽ ചാരി ഇരിക്കുകയാ യിരുന്നു. അതറിയാതെ ഞാൻ വാതിൽ തുറന്നപ്പോൾ അയാൾ പടികളിൽക്കൂടി ഉരുണ്ട് മറിഞ്ഞ് താഴെ വീണു.

ഞാനൊരു ഡോക്ടറാണ്. എന്റെ വീട്ടുമുററത്ത് ഒരു ജഡം കാണുന്നത് നല്ലതല്ലല്ലോ. ഞാനാണ് അയാളുടെ മരണ ത്തിനുത്തരവാദി."

ന്യായാധിപൻ വിധിച്ചു. "തീർച്ചയായും നിങ്ങൾ തന്നെ യാണ് അയാളുടെ മരണത്തിനുത്തരവാദി. നിങ്ങളെ തൂക്കി ക്കൊല്ലാൻ വിധിച്ചിരിക്കുന്നു."

ഇതുകേട്ട അലി റസാക്ക് ചാടി എണീറ്റ് പറഞ്ഞു: "കുള്ളനെ ഞാനാണ് സർ ഡോക്ടറുടെ വീട്ടുവാ തിൽക്കൽ ഇരുത്തിയത്. അയാൾ തൊണ്ടയിൽ ഒരു മീൻമുള്ള് കുടുങ്ങി മരിക്കാൻപോവുകയായിരുന്നു. അയാ ളെന്റെ വീട്ടിൽവെച്ച് മരിക്കേണ്ടെന്ന് കരുതി. പോലീസിനെ പേടിച്ച് ഞാനാണ് അയാളെ ഡോക്ടറുടെ വീട്ടിനു മുന്നിൽ ഇരുത്തിയത്."

ന്യായാധിപൻ വിധിച്ചു: "അയാൾ മരിക്കുകയായിരു ന്നു. എന്നിട്ടും നിങ്ങളൊരു ഡോക്ടറെ വിളിച്ചില്ല. അപ്പോൾ തീർച്ചയായും നിങ്ങൾ തന്നെയാണ് അയാളുടെ മരണത്തിന് ഉത്തരവാദി. നിങ്ങളെ തൂക്കാൻ വിധിച്ചിരി ക്കുന്നു"

മന്ത്രി പറഞ്ഞു: "സർ, ഒരാളുടെ മരണത്തിന് നാലു പേരെ തൂക്കാൻ വിധിച്ചത് ന്യായമല്ല."

"പക്ഷേ, ഇവരിൽ ആരെയാണ് ഞാൻ ശിക്ഷിക്കേ ണ്ടത്? മരിക്കുകയാണെന്നറിഞ്ഞിട്ടും ഡോക്ടറെ വിളി ക്കാൻ മിനക്കെടൊത്ത അബ്ദുൽ റസാക്കിനെയാണോ? അതോ മരിക്കാൻ പോകുന്ന ഒരാളെ ചവിട്ടുപടികളിൽ തള്ളിയിട്ട ഡോക്ടറെയോ? അതോ, അയാളെ ഇടിച്ചതിന് അബ്ദുലിനെയാണോ ശിക്ഷിക്കേണ്ടത്? അതോ അയാളെ ചവിട്ടി തെരുവിലേക്കിറക്കിയ സലീമിനെയോ?... അപ്പോ ഴൊന്നും അയാൾ മരിച്ചിട്ടില്ലായിരുന്നെങ്കിലോ?" ന്യായാ ധിപൻ സംശയങ്ങൾ നിരത്തി.

ഷെഹർസാദ നിർത്തി.

"ആട്ടെ, ആരെ കൊല്ലാനാണ് ന്യായാധിപൻ വിധി ച്ചത്?" സുൽത്താൻ ചോദിച്ചു.

ജനലിൽക്കൂടി പുറത്തേക്ക് നോക്കിയിട്ട് അവൾ പറഞ്ഞു:"നോക്കൂ, നേരം വെള്ള കീറിത്തുടങ്ങി. നാളെ ഞാൻ മരിക്കുകയാണെങ്കിൽ എനിക്ക് ഈ കഥ മുഴുമി

ക്കാൻ കഴിയില്ല. അതുകൊണ്ട് കഥയുടെ അവസാനം നിങ്ങൾ തന്നെ ഊഹിച്ചെടുക്കണം. ആരെയാണ് ന്യായാ ധിപൻ തൂക്കാൻ വിധിച്ചത്?"

സുൽത്താൻ പറഞ്ഞു: "ഇതിന്റെ അവസാനം നാളെ നീ എനിക്ക് പറഞ്ഞുതരണം. അപ്പോൾ ഞാൻ ഊഹി ക്കുന്ന ഉത്തരം ശരിയാണോ എന്ന് പരിശോധിക്കാമല്ലോ."

പിറ്റേദിവസം സുൽത്താൻ ചോദിച്ചു: "പറയൂ, ആരെ യാണ് ന്യായാധിപൻ തൂക്കാൻ വിധിച്ചത്? അവരെ നാലു പേരെയും ശിക്ഷിച്ചോ?"

ഷെഹർസാദ പറഞ്ഞു: "അപ്പോഴാണ് കാഷ്ഗറിലെ രാജാവിന്റെ മന്ത്രി രാജവൈദ്യനുമായി അവിടെ എത്തി യത്."

മന്ത്രി പറഞ്ഞു: "രാജാവിന്റെ ജോലിക്കാരിൽ ഒരാളെ കാണാതായിരിക്കുന്നു. അയാളെ കണ്ടുപിടിക്കുന്നതിന് നിങ്ങളുടെ പോലീസുകാരുടെ സഹായം വേണം. ഇന്നലെ വീട്ടിൽ നിന്നിറങ്ങിയതാണ്. ഇതുവരെ തിരിച്ചെത്തിയിട്ടി ല്ല. അയാൾ പാട്ടുപാടിയും കഥകൾ പറഞ്ഞും രാജാവിനെ രസിപ്പിച്ചിരുന്നു. അയാളെ കാണാത്തതുകൊണ്ട് രാജാവ് കുപിതനായിരിക്കുന്നു. അതുകൊണ്ട് ഉടനെ അയാളെ കണ്ടുപിടിക്കണം." ന്യായാധിപൻ ചോദിച്ചു. "പാട്ടുപാ ടിയും കഥകൾ പറഞ്ഞും ആളുകളെ രസിപ്പിക്കുന്ന എത്രയോ പേർ ഈ നഗരത്തിൽത്തന്നെയുണ്ട്. അയാളെ നാം എങ്ങനെ തിരിച്ചറിയും?"

"പക്ഷേ, അവരൊന്നും കുള്ളന്മാരല്ലല്ലോ." മന്ത്രി പറ ഞ്ഞു.

"കുള്ളൻ!"ജഡ്ജി ഉറക്കെ ചോദിച്ചു.

"അടുത്ത മുറിയിൽ ചെന്നാൽ നിങ്ങൾക്കയാളെ കാണാം."

"ഓ! ഇത് വളരെ വിചിത്രം തന്നെ!"

മന്ത്രിയും വൈദ്യനും അടുത്ത മുറിയിൽച്ചെന്നു.

മന്ത്രി പറഞ്ഞു. "അതേ, അയാൾ തന്നെ."

വൈദ്യൻ ചോദിച്ചു: "എങ്ങനെയാണ് അയാൾ മരിച്ചത്? എന്താ കാരണം.?"

ന്യായാധിപൻ പറഞ്ഞു: "ഒരു മീൻമുള്ള്, അതുകൊണ്ട് ഒരു പക്ഷേ, എനിക്ക് മീൻമുള്ളിന് ശിക്ഷ വിധിച്ചാൽ മതി. ഏതായാലും മുള്ള് ഞാനൊന്ന് കാണട്ടെ, അലി റസാക്ക് പറഞ്ഞത് സത്യമാണോ എന്നും അറിയാമല്ലോ."

വൈദ്യൻ കുള്ളനെ പരിശോധിച്ചു. അയാളുടെ വായ് തുറന്നുനോക്കി. "കുള്ളൻ മരിച്ചിട്ടില്ല. നോക്കൂ. ഈ മുള്ള് എടുത്തു കളഞ്ഞാൽ അയാൾക്ക് എല്ലാം ഭേദമാകും."

വൈദ്യൻ കുള്ളന്റെ വായ് തുറന്ന് കൊണ്ടുവന്ന ഉപ കരണങ്ങളിൽ ഒന്നുകൊണ്ട് തൊണ്ടയിൽ കുടുങ്ങിയ മുള്ള് വലിച്ചൂരിയെടുത്തു.

കുള്ളൻ കണ്ണുതുറന്നു. എണീറ്റിരുന്നു.

ഷെഹർസാദ പറഞ്ഞു: "അങ്ങനെ ന്യായാധിപന് ആരേയും കൊല്ലേണ്ടിവന്നില്ല. കഷ്ഗറിലെ രാജാവ് വൈദ്യന് ആയിരം സ്വർണനാണയം സമ്മാനിച്ചു.

സൂര്യനുദിച്ചു. അതിനാൽ എന്റെ ഏറ്റവുംവലിയ നല്ല കഥ പറയാൻ എനിക്ക് സമയമില്ല. അത് അലാവുദ്ദീന്റെയും അത്ഭുതവിളക്കിന്റെയും കഥയാണ്. വളരെ പ്രസിദ്ധപ്പെട്ട കഥയാണ്. എന്റെ സഹോദരി ദിനർസാദ ആ കഥ അങ്ങേയ്ക്ക് പറഞ്ഞുതരും."

ദിനർസാദ പറഞ്ഞു: "ഞാനാ കഥ കേട്ടിട്ടുണ്ട്. പക്ഷേ അവസാനഭാഗം ഞാൻ മറന്നുപോയി."

സുൽത്താൻ പറഞ്ഞു: "ഷെഹർസാദ, നീ തന്നെ നാളെ അക്കഥ തീർച്ചയായും എന്നെ പറഞ്ഞു കേൾപ്പി ക്കണം."

10

അലാവുദ്ദീനും അത്ഭുതവിളക്കും

മൻസൂർ ജാലവിദ്യക്കാരനായിരുന്നു. അയാൾ ജീവി
ച്ചിരുന്നത് ആഫ്രിക്കയിലാണ്. ചൈനയിലെ ഭൂമിക്കടിയി
ലെവിടെയോ മറഞ്ഞു കിടന്ന ഒരു അത്ഭുതവിളക്കിനെ
പ്പറ്റി അയാൾ ഏതോ മാന്ത്രികപ്പുസ്തകത്തിൽ നിന്ന് വായി
ച്ചറിഞ്ഞു.

അലാവുദ്ദീനും അമ്മയും ചൈനയിലാണ് ജീവിച്ചിരു
ന്നത്. അവർ പാവങ്ങളായിരുന്നു. ഒരു കുടിലിലാണ് അവർ
കഴിഞ്ഞത്. പലപ്പോഴും ഭക്ഷണമുണ്ടായിരുന്നില്ല.

ഒരു ദിവസം അലാവുദ്ദീന്റെ അമ്മ പറഞ്ഞു: "പാടത്തു
ചെന്ന് പൂവ് പറിച്ചുകൊണ്ടുവരൂ. നമുക്ക് അതുവിറ്റ്
ആഹാരം കഴിക്കാം." അലാവുദ്ദീൻ പൂ പറിക്കാനായി പാട
ത്തേക്ക് പോയി.

ആ പാടത്ത് ഒരു കുഴിയിലാണ് അത്ഭുതവിളക്ക് മറ
ഞ്ഞുകിടന്നിരുന്നത്.

കുഴിക്കുമുകളിൽ കനത്ത വാതിലുണ്ടായിരുന്നു.
നിറയെ പുല്ല് വളർന്നുകിടന്നിരുന്നതിനാൽ അവിടെ അങ്ങ
നെയൊരു വാതിലുള്ള കാര്യം ആർക്കും അറിഞ്ഞുകൂടാ

യിരുന്നു. പക്ഷേ, ഇന്ദ്രജാലക്കാരന് വാതിലെവിടെയാ
ണെന്ന് കണ്ടുപിടിക്കാൻ വിഷമമുണ്ടായില്ല. അയാൾ
വാതിൽ തുറന്ന് അകത്തേക്ക് നോക്കി. ആ ദ്വാരം നന്നേ
ചെറുതായിരുന്നു. അയാൾക്ക് അകത്തേക്ക് കടക്കാൻ കഴി
യാത്തത്ര ചെറുത്. അപ്പോഴാണ് പാടത്ത് പൂ പറിച്ചുകൊ
ണ്ടുനിൽക്കുന്ന അലാവുദ്ദീനെ അയാൾ കണ്ടത്.

അയാൾ വിളിച്ചു:"എടോ, ഇങ്ങോട്ടുവരൂ, എന്താ നിന്റെ
പേര്?"

"അലാവുദ്ദീൻ"

"അലാവുദ്ദീൻ, നീ എനിക്ക് ഒരു കാര്യം ചെയ്തുതര
ണം."

"തീർച്ചയായും"

"ആ വാതിലിനടിയിൽ ഒരു ഗുഹയുണ്ട്. പ്രവേശന
ദ്വാരം നന്നെ ചെറുതായതിനാൽ എനിക്ക് അകത്തേക്ക്
കടക്കാൻ നിവൃത്തിയില്ല. നീ അതിനകത്തുചെന്ന് അവിടെ
കാണുന്ന വിളക്കെടുത്ത് എനിക്ക് തരണം."

അയാൾ അലാവുദ്ദീന് ഒരു മോതിരം കൊടുത്തിട്ട്
പറഞ്ഞു: "അതിനകത്ത് ആപത്ത് പതിയിരിപ്പുണ്ട്. ചില
പ്പോൾ ഒരു ഭൂതം നിന്നെക്കൊല്ലാൻ ശ്രമിച്ചെന്നും വരാം.
ഈ മോതിരമണിഞ്ഞോളൂ. ഇത് നിനക്ക് രക്ഷയാകും."

അലാവുദ്ദീൻ ദ്വാരത്തിലൂടെ അകത്തേക്ക് ചെന്നു.
അവിടെ അവൻ ചെറിയൊരു മുറി കണ്ടു. ഒരു മേശപ്പു
റത്ത് വിളക്കിരിക്കുന്നു. അവൻ അതുമെടുത്ത് മടങ്ങാനൊ
രുങ്ങി. മുകളിലെത്തിയപ്പോൾ വാതിലടഞ്ഞു കിടക്കുന്നു.

അവൻ വാതിലിൽ മുട്ടിവിളിച്ചു. ജാലവിദ്യക്കാരൻ
വാതിൽ കുറച്ചുമാത്രം തുറന്നിട്ട് പറഞ്ഞു: "വിളക്കു തരൂ,
അലാവുദ്ദീൻ"

അലാവുദ്ദീൻ വിചാരിച്ചു: "ഇയാൾ നല്ലവനാണെന്ന്
തോന്നുന്നില്ല. വിളക്ക് കൈയിൽ കിട്ടിയാൽ ഇയാൾ

എന്നെ ഇതിനകത്തിട്ട് പൂട്ടും. ഞാനിവിടെക്കിടന്ന് മരി
ക്കുകയും ചെയ്യും."

അലാവുദ്ദീൻ പറഞ്ഞു : "ആദ്യം വാതിൽതുറക്കൂ.
ഞാൻ പുറത്തെത്തിയിട്ട് വിളക്കുതരാം."

ജാലവിദ്യക്കാരൻ പറഞ്ഞു: "ഇല്ല, ആദ്യം വിളക്കു തരൂ. പിന്നീട് വാതിൽ തുറന്ന് നിന്നെ പുറത്തുവരാൻ ഞാൻ സഹായിക്കാം."

അലാവുദ്ദീൻ പറഞ്ഞു: "സാധ്യമല്ല, വാതിൽ തുറക്ക്, എന്നാലേ വിളക്കു തരൂ."

"ഇവനെ ഇന്നുരാത്രി മുഴുവൻ ഇതിനകത്തിട്ടടയ്ക്കാം. എന്നാൽ, ഞാൻ നാളെ വരുമ്പോൾ ഇവൻ ഞാൻ പറയുന്നത് അനുസരിക്കും." അങ്ങനെ വിചാരിച്ച് അയാൾ വാതിലടച്ചു. അലാവുദ്ദീൻ ഗുഹയ്ക്കകത്തായി.

അലാവുദ്ദീൻ ചെറിയ മുറിയിലേക്ക് മടങ്ങിച്ചെന്നു. ഉള്ളിൽ വല്ലാത്ത ഭയം തോന്നി. അവൻ വിചാരിച്ചു : "ജാലവിദ്യക്കാരൻ എന്നെ കൊല്ലാനാണ് ഇവിടെ അടച്ചിട്ടിരിക്കുന്നത്. ഞാനെങ്ങനെ പുറത്തു കടക്കും? എന്നെ കാണാതെ അമ്മ വിഷമിക്കും. ഞാൻ മരിച്ചുപോയെന്നു തന്നെ അവർ കരുതും. പുറത്തുചെന്നാൽ ഈ ഭംഗിയുള്ള മോതിരം ഞാനവർക്ക് കൊടുക്കും. അതുവിറ്റ് ഞങ്ങൾക്ക് കുറേ ദിവസത്തേക്കുള്ള ഭക്ഷണം വാങ്ങാം. ഈ പഴയ വിളക്കിനും കുറച്ചു പണം കിട്ടിയേക്കും."

അവൻ ആ മോതിരം ഒന്ന് തലോടി. ഭയങ്കരശബ്ദത്തോടെ ഒരു ഭൂതം അവന്റെ മുന്നിൽ പ്രത്യക്ഷപ്പെട്ടു. "ഞാൻ ഈ മോതിരത്തിന്റെ നാഥനായ ഭൂതമാണ്. നീ മോതിരം തടവിയതുകൊണ്ടാണ് ഞാൻ വന്നത്. എന്താണു നിനക്കുവേണ്ടത്?" ഭൂതം ചോദിച്ചു. അലാവുദ്ദീൻ പറഞ്ഞു: "എനിക്ക് ഇവിടെ നിന്ന് പുറത്തുകടക്കണം. എന്നെ ഇവിടെ നിന്ന് രക്ഷിച്ച് എന്റെ അമ്മയുടെ അടുത്തെത്തിച്ചുതരണം." ഭൂതം അലാവുദ്ദീനെ വീട്ടിലെത്തിച്ചു.

"നീ എവിടെയായിരുന്നു?" അമ്മ ചോദിച്ചു.

"നീ എന്താ പൂക്കൾ കൊണ്ടുവരാതിരുന്നത്? നമ്മൾ

ഇനി എന്താണ് കഴിക്കുക? വീട്ടിൽ ഒരു മണി അരിയില്ല. എന്തെങ്കിലും ഭക്ഷണം വാങ്ങാൻ കൈയിൽ പണവുമില്ല."

പഴയ വിളക്കെടുത്ത് കാണിച്ചിട്ട് അലാവുദ്ദീൻ പറഞ്ഞു : "നമുക്കിത് വിൽക്കാം. വിറ്റുകിട്ടുന്ന പണംകൊണ്ട് നമുക്ക് ഭക്ഷണം വാങ്ങാം." അവൾ വിളക്ക് നോക്കിയിട്ട് പറഞ്ഞു: "ഈ വൃത്തികെട്ട വിളക്കിന് വലിയ വിലയെന്നും കിട്ടില്ല. നമുക്ക് ഇത് തേച്ചുകഴുകി വൃത്തി യാക്കാം. അപ്പോൾ വില കൂടുതൽ കിട്ടിയേക്കും."

വിളക്കു തേച്ചുമിനുക്കുമ്പോൾ പെട്ടെന്ന് ഒരു ഭൂതം മുന്നിൽ പ്രത്യക്ഷപ്പെട്ടു. അമ്മ ഭയന്ന് നിലവിളിച്ചു. "അയ്യോ, ആരാണു നീ?"

"ഞാനാണ് ഈ വിളക്കിന്റെ ഉടമ. നീ ഈ വിളക്ക് തേച്ചതുകൊണ്ടാണ് ഞാൻ വന്നത്. എന്താണ് നിനക്കു വേണ്ടത്?"

അലാവുദ്ദീൻ പറഞ്ഞു: "ഞങ്ങൾക്ക് കുറച്ചു ഭക്ഷണം വേണം."

ഭൂതം മേശപ്പുറത്ത് രുചികരമായ പലതരം വിഭവങ്ങൾ നിരത്തി. രണ്ടുമൂന്ന് ദിവസം കഴിക്കാനുണ്ട്. അവർ വേണ്ടു വോളം ഭക്ഷിച്ചു. അലാവുദ്ദീന്റെ അമ്മ പറഞ്ഞു: "ബാക്കി യുള്ളത് നമുക്ക് നാളത്തേക്ക് കരുതിവെക്കാം."

ഒരിക്കൽ അലാവുദ്ദീൻ തെരുവിൽക്കൂടി പോകുമ്പോൾ ബദറുൽ രാജകുമാരി അതുവഴി കടന്നുപോകുന്നതു കണ്ടു. അവൾ അതിസുന്ദരിയായിരുന്നു. മനംമയക്കുന്ന സൗന്ദര്യം. അത്തരമൊരു സുന്ദരിയെ അതിനുമുമ്പ് അലാ വുദ്ദീൻ കണ്ടിട്ടേയില്ല.

രാജകുമാരിയെ കാണാൻ അയാൾ എന്നും അതേസമ യത്ത് തെരുവിൽ കാത്തുനിൽക്കുക പതിവായി. ഒരു ദിവസം അയാൾ വീട്ടിൽച്ചെന്ന് തന്റെ അത്ഭുതവിളക്കെ

ടുത്ത് തടവി. ഭൂതം പ്രത്യക്ഷപ്പെട്ടു. "നീ വിളക്ക് തടവി. അതാണ് ഞാന്‍ വന്നത്. എന്തുവേണം?"

"എനിക്ക് ബദറുല്‍ രാജകുമാരിയെ വിവാഹം കഴി ക്കണം. എനിക്ക് കൊട്ടാരംപോലൊരു വീടുവേണം. വിശേ ഷപ്പെട്ട ആഭരണങ്ങളും വസ്ത്രങ്ങളും വേണം; ധാരാളം പണവും വേണം. എന്നെ ഈ രാജ്യത്തെ ഏറ്റവും വലിയ പണക്കാരനാക്കൂ."

ഭൂതം അങ്ങനെ ചെയ്തുകൊടുത്തു.

അലാവുദ്ദീന്‍ രാജസമക്ഷം ചെന്ന് അപേക്ഷിച്ചു: "ഞാന്‍ ഈ രാജ്യത്തെ ഏറ്റവും വലിയ പണക്കാരനാ ണ്. ഞാന്‍ അങ്ങയുടെ മകള്‍ ബദറുല്‍ രാജകുമാരിയെ വിവാഹം കഴിക്കാന്‍ ആഗ്രഹിക്കുന്നു."

അലാവുദ്ദീനെ കണ്ട് സംസാരിച്ചപ്പോള്‍ ബദറുല്‍ രാജ കുമാരിക്ക് അയാളെ ഇഷ്ടമായി. കൂടുതല്‍ അടുക്കു ന്തോറും സ്നേഹം ഏറുകയും ചെയ്തു. അവള്‍ പിതാ വിനോട് പറഞ്ഞു: "ഞാന്‍ അലാവുദ്ദീനെ വിവാഹം കഴി ക്കാന്‍ ആഗ്രഹിക്കുന്നു. ഞങ്ങള്‍ സന്തോഷമായി കഴിയും എന്ന് എനിക്ക് ഉറപ്പുണ്ട്."

അങ്ങനെ അവരുടെ വിവാഹം നടന്നു. അവര്‍ നഗര ത്തിലെ ഏറ്റവും വലുതും ഭംഗിയുള്ളതുമായ മാളികയില്‍ താമസം തുടങ്ങി.

ഷെഹര്‍സാദ കഥ നിര്‍ത്തിയിട്ട് ജനലില്‍ക്കൂടി പുറ ത്തേക്ക് നോക്കിക്കൊണ്ടിരുന്നു.

"തുടര്‍ന്നോളൂ, ഇത് കഥയുടെ അവസാനമല്ലെന്ന് എനിക്ക് തോന്നുന്നു. അവര്‍ കാലാകാലം സന്തോഷ ത്തോടെ കഴിഞ്ഞിരിക്കാന്‍ ഇടയില്ലല്ലോ. ബാക്കി പറയൂ." സുല്‍ത്താന്‍ പറഞ്ഞു.

"ഇനിയും ധാരാളം പറയാനുണ്ട്. സൂര്യനുദിക്കുമ്പോള്‍ ഞാന്‍ നിര്‍ത്തണ്ടേ?" ഷെഹര്‍സാദ ചോദിച്ചു.

സുൽത്താൻ പറഞ്ഞു: "വേണ്ട കഥ തീരുംവരെ തുടർന്നോളൂ."

ഷെഹർസാദ കഥ തുടർന്നു.

*   *   *   *   *   *   *

മാന്ത്രികൻ ആഫ്രിക്കയിലേക്കു തിരിച്ചുപോയി. ചൈന യിൽ നിന്നുംവന്ന ഒരാൾ അയാളോട് പറഞ്ഞു: "അലാ വുദ്ദീൻ എന്നു പേരുള്ള ഒരു രാജകുമാരൻ ബദറുൽ രാജ കുമാരിയെ വിവാഹം കഴിച്ചു. അവർ നഗരത്തിൽ ഏറ്റവും ഭംഗിയുള്ള വീട്ടിലാണ് താമസം. അയാൾ വലിയ പണ ക്കാരനാണ്.

മാന്ത്രികൻ വിചാരിച്ചു: "അലാവുദ്ദീൻ, അതെങ്ങനെ? പിറ്റേദിവസം തന്നെ ഞാനാ ഗുഹയുടെ വാതിൽക്കൽ ചെന്ന് ഏറെനേരം വിളിച്ചു. പക്ഷേ, അവൻ വിളികേട്ടില്ല. 'അവൻ മരിച്ചുപോയിരിക്കുമെന്നാണ് ഞാൻ കരുതിയത്. പക്ഷേ, അവൻ മരിച്ചിട്ടില്ല! അവൻ ഗുഹയിൽ നിന്ന് രക്ഷ പ്പെട്ടു! ആ വിളക്കും അവന് കിട്ടി! ചൈനയിൽ മടങ്ങി ച്ചെന്ന് ആ വിളക്ക് കൈക്കലാക്കണം.

മാന്ത്രികൻ ചൈനയിലെത്തി. അലാവുദ്ദീന്റെ വിളക്കു പോലുള്ള കുറച്ച് പുതിയ വിളക്കുകൾ അയാൾ കൈവശം കൊണ്ടുപോയിരുന്നു. അലാവുദ്ദീൻ വീട്ടിൽ നിന്നും വെളി യിലേക്ക് പോകുന്നതുവരെ അയാൾ പുറത്ത് മറഞ്ഞിരു ന്നു. പിന്നീട് അയാൾ വീട്ടിലേക്ക് ചെന്നു. രാജകുമാരിയെ കണ്ടപ്പോൾ അയാൾ പറഞ്ഞു: "ഞാൻ പഴയ വിളക്കു കൾക്ക് പകരം പുതിയത് നൽകും. നിങ്ങളുടെ പഴയ വിളക്ക് എനിക്ക് തന്നാൽ ഞാൻ പുതിയത് തരാം."

രാജകുമാരി പറഞ്ഞു: "ഇവിടെ പഴയ വിളക്കുകൾ ഒന്നുംതന്നെയില്ല. ഈ വീടു പുതിയതാണ്. ഇവിടത്തെ വിളക്കുകളും പുതിയതു തന്നെ."

"ഇവിടെ പഴയ വിളക്കുകൾ ഒന്നും തന്നെയില്ലേ?"

രാജകുമാരി പറഞ്ഞു: "അലാവുദ്ദീന് ഒരു പഴയ വില ക്കുണ്ട്. ഞാൻ പോയി അതു കൊണ്ടുവരാം."

വിളക്ക് കൈയിൽ കിട്ടിയപ്പോൾ മാന്ത്രികൻ അതൊന്ന് തടവി. ഭൂതം മുന്നിൽ ഹാജരായി.

"നീ വിളക്ക് തുടച്ചു. ഞാൻ വന്നു. എന്താ നിന്റെ ആവശ്യം?"

"ഈ വീടും ഇതിനുള്ളിലുള്ള സകലതും ആഫ്രിക്ക
യിലെത്തിക്കണം."

അലാവുദ്ദീൻ തിരിച്ച് വീട്ടിലെത്തി. പക്ഷേ, അവിടെ
വീടില്ല. അയാളുടെ വീടുനിന്ന സ്ഥലം ശൂന്യം. വീടും
രാജകുമാരിയുമെല്ലാം അപ്രത്യക്ഷമായിരിക്കുന്നു.

"ഞാനിനി എന്തു ചെയ്യും.?" അലാവുദ്ദീൻ വിചാരിച്ചു.
പെട്ടെന്നയാൾക്ക് മോതിരത്തെക്കുറിച്ച് ഓർമ വന്നു.

"ഒരുപക്ഷെ, ഈ മോതിരത്തിന്റെ അധിപനായ ഭൂത
ത്തിന് എന്നെ സഹായിക്കാൻ കഴിഞ്ഞേക്കും."

അയാൾ മോതിരം ഒന്നു തടവി. ഭൂതം പ്രത്യക്ഷപ്പെട്ടു.

"നീ മോതിരം തടവിയതുകൊണ്ടാണ് ഞാൻ വന്നത്?
എന്തുവേണം? പറയൂ?"

"ആരോ എന്റെ അത്ഭുതവിളക്ക് മോഷ്ടിച്ചു. വില
ക്കിന്റെ അധിപനായ ഭൂതത്തെ സ്വാധീനിച്ച് അയാൾ
എന്റെ വീടിനേയും രാജകുമാരിയെയും കൊണ്ടുപോയി
രിക്കുന്നു. അയാൾ അതെങ്ങോട്ട് കൊണ്ടുപോയി? ബദ
റുൽ രാജകുമാരി ഇപ്പോൾ എവിടെയാണുള്ളത്?"

"വീട് ആഫ്രിക്കയിലെവിടെയോ ആണുള്ളത്. രാജ
കുമാരി അതിനകത്തും."

"അത് തിരിച്ചു കൊണ്ടുവന്നുതരൂ. എന്റെ രാജകു
മാരിയെ ഇവിടെ തിരിച്ചെത്തിച്ചുതരൂ." അലാവുദ്ദീൻ പറ
ഞ്ഞു.

ഭൂതം ഉത്തരം പറഞ്ഞു: "എനിക്കതിനുള്ള കഴിവില്ല.
വിളക്കിന്റെ അധിപനായ ഭൂതം എന്നേക്കാൾ ശക്തനാ
ണ്."

അലാവുദ്ദീൻ പറഞ്ഞു. "എങ്കിൽ എന്നെ ആ വീട്ടിലെ
ത്തിക്കൂ."

ഭൂതം അലാവുദ്ദീനെ ആഫ്രിക്കയിലെത്തിച്ചു. അവിടെ
അയാൾ തന്റെ വീട് കണ്ടു. മാന്ത്രികൻ പുറത്തുപോകു

ന്നതുവരെ അയാൾ വെളിയിൽ കാത്തുനിന്നു. മാന്ത്രികൻ പുറത്തേക്കിറക്കുന്നത് കണ്ടപ്പോൾ അയാൾ അകത്തു കയറി.

അയാളെ കണ്ടപ്പോൾ രാജകുമാരി കരഞ്ഞു. "നിങ്ങൾ എന്റെ രക്ഷയ്ക്കെത്തുമെന്ന് എനിക്ക് ഉറപ്പുണ്ടായിരുന്നു. ഇനി നമ്മൾ എന്തു ചെയ്യും?"

"ആ വിളക്കെവിടെ? നമുക്കതു കിട്ടണം."

"മാന്ത്രികൻ അതെപ്പോഴും കൈയിൽക്കൊണ്ടു നട ക്കുകയാണു പതിവ്. രാവും പകലും അതയാളുടെ കൈയി ലുണ്ടാകും."

"ഈ പൊടി മാന്ത്രികന്റെ ഭക്ഷണത്തിൽ ചേർത്ത് കൊടുക്കണം. ഇത് കഴിക്കുമ്പോൾ അയാൾ നല്ല ഉറക്ക ത്തിലാവും." അലാവുദ്ദീൻ പറഞ്ഞു.

അലാവുദ്ദീൻ ഒളിച്ചിരുന്നു. മാന്ത്രികൻ വീട്ടിൽ തിരി ച്ചെത്തിയപ്പോൾ രാജകുമാരി ഭക്ഷണവുമായി എത്തി. അതു കഴിച്ച് അയാൾ നല്ല ഉറക്കമായി.

അലാവുദ്ദീൻ വന്ന് വിളക്കെടുത്ത് തുടച്ചു. അപ്പോൾ ഭൂതം ഹാജരായി. "എന്തിനാണ് എന്നെ വിളിച്ചത്? എന്തു വേണം?"

"ഈ മാന്ത്രികനെ, ഞാൻ ഈ വിളക്ക് കണ്ടെത്തിയ ഗുഹയിൽ കൊണ്ടുപോയി അടയ്ക്കണം. അയാൾ ഒരി ക്കലും പുറത്തുവരാൻ ഇടയാകരുത്"

"വേറെ എന്തെങ്കിലും ആവശ്യമുണ്ടോ?" ഭൂതം ആരാഞ്ഞു.

"ഈ വീട് പഴയതുപോലെ ചൈനയിലാക്കണം."

അങ്ങനെ ഭൂതം വീട് തിരിച്ച് ചൈനയിൽ എത്തിച്ചു. അലാവുദ്ദീനേയും രാജകുമാരിയെയും വീണ്ടും കണ്ട പ്പോൾ രാജാവ് അതീവ സന്തുഷ്ടനായി.

രാജാവ് മരണപ്പെട്ടപ്പോൾ അലാവുദ്ദീൻ ആ രാജ്യത്തെ രാജാവായി.

"ഇതാണ് കഥയുടെ അവസാനം" ഷെഹർസാദ പറഞ്ഞു. ഇതെന്റെ ഒടുവിലത്തെ കഥയുടെ അവസാന വുമാണ്."

സുൽത്താൻ ചോദിച്ചു: "നിന്റെ അവസാനത്തെ കഥയോ? നിനക്കിനി കഥയൊന്നും അറിയില്ലേ?"

ഷെഹർസാദ പറഞ്ഞു: "ഓഹോ, അറിയാമല്ലോ. എനി ക്കിനിയും ആയിരത്തൊന്നു കഥകളറിയാം."

"പക്ഷേ, നീയിപ്പോൾ ഒമ്പത് കഥകളല്ലേ പറഞ്ഞു ള്ളു. അപ്പോൾ എന്നോട് പറയാത്ത തൊള്ളായിരത്തി തൊണ്ണൂറ്റിരണ്ട് കഥകൾ കൂടി നിനക്കിനിയും അറിയാം, അല്ലേ?"

ഷെഹർസാദ പറഞ്ഞു: "എനിക്കതിൽ കൂടുതൽ കഥ കളറിയാം. ഈ കഥകൾ പറഞ്ഞു തുടങ്ങിയപ്പോൾ എനിക്ക് ഒരുപാട് കഥകൾ ഓർമവന്നു. എന്റെ ജീവിതാവ സാനം വരെ, അല്ലെങ്കിൽ അങ്ങയുടെ ജീവിതാവസാനം വരെ പറയാനും മാത്രം കഥകൾ എനിക്കറിയാം."

ഷെഹർസാദിയോട് തന്നെ വിവാഹം കഴിക്കാൻ സുൽത്താൻ ആവശ്യപ്പെട്ടു. എന്നിട്ട് പറഞ്ഞു: "എന്റെ ജീവിതാവസാനം വരെ എല്ലാ രാത്രിയും ഓരോ കഥ പറ ഞ്ഞ് നീ എന്നെ രസിപ്പിക്കണം."

ഷെഹർസാദ സുൽത്താന്റെ അഭിപ്രായം സ്വീകരിച്ചു. നാട്ടിലെ അനേകായിരം യുവതികൾ മരണത്തിൽ നിന്ന് രക്ഷപ്പെട്ടു.